TÔN JÊSUS LÀ CHÚA
SỨC MẠNG ĐỂ TỪ BỎ QUYỀN TỰ QUYẾT

LOREN CUNNINGHAM

VỚI JANICE ROGERS

BIÊN SOẠN MỤC VỤ TIÊN PHONG

DỊCH GIẢ MỤC VỤ TIÊN PHONG

TIÊN
PHONG

CÁC SÁCH KHÁC CỦA LOREN CUNNINGHAM ĐÃ ĐƯỢC CHUYỂN NGỮ SANG TIẾNG VIỆT

Phải chăng đó là Ngài, thưa Chúa?

Tôn Jêsus là Chúa

Dám sống trên bờ vực

Chấm dứt nạn đói Kinh Thánh ngày hôm nay

Quyển sách biến đổi các dân tộc

Quyển sách này dành tặng cha mẹ của chúng tôi là Tom và Jewell Cunningham, họ đã sống như sứ điệp trong sách này mỗi ngày. Chúng tôi không chỉ kính trọng họ, mà còn yêu họ rất nhiều nữa.

LỜI CẢM ƠN

Cho dù nội dung trong sách này là của tôi, kỹ năng viết lách của em tôi là Janice. Chúng tôi làm việc vui vẻ với nhau như một đội, giống như chúng tôi đã cùng nhau thực hiện tác phẩm *Phải chăng đó là Ngài, thưa Chúa?*

Chúng tôi muốn cảm ơn các cá nhân đã giúp chúng tôi hoàn thành quyển sách này là: Rune Aasen, Tiến sĩ David Barrett, Andy Beach, Bruce Brander, Harry Conn, Robert Cunningham, T.C. Cunningham, Joy Dawson, Terri Genin, David Hazard, Alison Muesing, Kris Pemberton, Brenda Poklacki, Leonard Ravenhill, Dorothea Schmidt, Robert Smith, Ron Smith, Chappell Temple, Keith Warrington, Gerhard Wessler, và Thomas Young.

Chúng tôi đặc biệt cảm ơn những người phối ngẫu của mình là Darlene và Jimmy vì sự hỗ trợ và động viên của họ; cảm ơn các con Karen và David, Jeffrey, Joel và Jonathan, đã kiên nhẫn chờ đợi một quyển sách như bão táp đi qua cuộc đời mình.

Trên hết, chúng tôi cảm tạ Chúa vì đã từ bỏ quyền hạn của Ngài và đến thế gian tìm cứu hết thảy chúng con.

MỤC LỤC

1
CON ĐƯỜNG CHO CẢ
THẾ GIAN

Thật kỳ diệu thay! Một sự việc nhỏ có thể thay đổi cuộc đời chúng ta! Điều cuối cùng mà tôi nhớ được là trong tình trạng buồn ngủ, tôi liếc mắt nhìn vợ đang lái chiếc xe Volkswagen. Chúng tôi đang trên đường về nhà ở California sau một trong những cuộc chạm trán gay gắt nhất mà tôi từng gặp phải trong đời. Tôi đã lái xe suốt đêm đến khoảng 6 giờ sáng, rồi trao tay lái cho nhà tôi. Bấy giờ, luồng gió nóng từ sa mạc Arizona thổi qua cửa sổ xe hơi làm cho gương mặt vợ tôi trở nên hồng hào và mái tóc ngắn vàng hoe của nàng bay phấp phới.

Tôi cởi giày và trườn người vào trong túi ngủ đặt phía sau xe rồi nhắm mắt lại: *"Chúa ơi, vợ con thật là một kho báu, đặc biệt trong những sự việc chúng con vừa mới trải qua . . ."* tôi thầm nghĩ, đầu lắc lư mơ màng theo sự chuyển động của xe hơi.

Những gì xảy ra trong vài tuần qua làm tiêu hao hết mọi sinh lực trong người. Chúng tôi vừa kết thúc buổi họp với ban lãnh đạo của hệ phái. Tôi bằng lòng từ chức mục sư quản nhiệm Hội thánh với ước mong thành lập một Hội Truyền giáo liên hệ phái. Đó là một lựa chọn khó vì các bạn đồng lao không hiểu được quyết định của tôi. Cách đây không lâu, tôi cũng đã từ chối sự giúp đỡ của người dì muốn cho tôi một công việc kinh doanh đáng giá hàng triệu đô-la. Vì những việc trên hoàn toàn mâu thuẫn với điều Chúa muốn tôi làm nên bằng mọi giá tôi muốn vâng lời Ngài.

Tôi đã "qua sông, đốt bỏ cầu" một cách cương quyết. Darlene (vợ tôi) đã làm tôi xúc động vì nàng sẵn sàng hy sinh để đứng bên cạnh tôi cho dù tôi đã từ bỏ một tương lai giàu có với công việc kinh doanh hay sự thành đạt với chức vụ mục sư. Tôi đã bỏ mọi sự để bước theo sự kêu gọi của Chúa, dấn thân tiên phong một Hội Truyền giáo Quốc tế. Bây giờ chỉ còn tôi và Darlene, ngoài nàng ra tôi không còn gì nữa.

. . . Từ trạng thái mơ màng, tôi chợt tỉnh táo, khám phá ra mình đang lăn vòng trong xe giống như cuộn giấy lăn tròn. Với tiếng răng rắc ghê rợn của sắt thép, pha lê, chiếc xe hơi lăn tròn, quay tứ phía dọc theo xa lộ trong khi đầu và thân thể tôi va dội vào thành xe rất đau đớn.

Thình lình, một nửa người tôi bị đẩy văng ra ngoài cửa xe. Mặt đường nhựa bóng nhoáng đập vào mắt tôi trong khi chiếc xe vẫn tiếp tục lăn. Biết mình có thể bị đè bẹp, tôi chống tay xuống mặt đường và cố trườn vào trong xe, rồi tôi bị ngất đi.

Chỉ hai giây sau, tôi hồi tỉnh lại và biết mình đang nằm ngoài xe. Xung quanh tôi, đám mây bụi đã tan đi để lại một sa mạc hoang vu, trống trải, ảm đạm, cằn cỗi nhất mà tôi từng thấy. Không một căn nhà, một ngọn cây hay một hình ảnh nào quen thuộc trong tầm mắt. Tôi gắng gượng ngồi dậy trong sự bàng hoàng. Một cảm giác ấm áp chảy xuống gò má. Tôi lấy tay chùi và thấy máu chảy nhầy nhụa trên những ngón tay. Đầu nhức nhối, ê ẩm, tôi không hiểu vì sao mình đang ở đây và trong một tình trạng đau đớn thế này!

Bên trái tôi là đống sắt bẹp dí của chiếc xe hơi.

Đồ đạc văng ngổn ngang khắp nơi. Tất cả tài sản chúng tôi có nằm lăn lóc chỗ này, chỗ kia - một vài cái va-li bị bể tung, áo thun, quần lót, và vớ trải đầy trên bụi đất.

Trong giây phút lạnh lẽo tôi cố gắng hồi tưởng lại sự việc: "Điều gì đó đã xảy ra? Một buổi họp gay gắt . . . lái xe qua đêm . . . bò ra phía sau để ngủ . . . Darlene lái xe thay tôi . . ."

Trái tim tôi chợt giựt thót!

Tôi hoảng hốt bò bằng đầu gối. "Darlene đâu rồi?"

Tôi thấy nàng đang nằm xấp bất động dưới sức nặng của cái vali lớn cách tôi vài thước.

"Darlene!" Tôi hét lên và gắng gượng trườn tới. Tôi thấy mình như đang có một viên gạch nặng trĩu nằm ngay trong bụng khiến tôi không thể bò nhanh hơn được. Sau khi kéo chiếc vali ra, tôi phát hiện một vết thương dài và sâu đằng sau gáy Darlene. Tôi từ từ lật Darlene sang một bên thật nhẹ nhàng. Darlene không còn thở nữa, mắt nàng mở to, đờ đẫn, bất động.

Tôi nhẹ nhàng đặt cái đầu đẫm máu và đầy thương tích trên đùi và đu đưa một cách nhẹ nhàng. *Nàng đã ra đi.* Hai dòng nước mắt tuôn ra trên gò má tôi. Tôi nghĩ rằng mình đã hy sinh tất cả khi từ chối cơ hội làm ăn với bà cô, rồi đến chức vụ mục sư. Giờ thì trong một khoảnh khắc, tôi mất tất cả những gì còn lại. Chiếc xe hơi trở nên một đống sắt vô dụng, toàn bộ tài sản nằm ngổn ngang trên cát bụi sa mạc và người vợ yêu dấu nhất trong cuộc đời này đã tắt thở!

Tôi thẫn thờ nhìn cảnh tượng đổ nát. Dường như nó tượng trưng cho cuộc đời của chúng tôi. Tất cả đã tiêu tan. Cơn gió lốc tiếp tục thổi, hàng trăm hạt cát như những mũi kim châm nhức nhối vào mặt tôi.

Ngay giây phút đó, một sự kiện quá sức hiểu biết của con người đã xảy đến với tôi. Trong khung cảnh sa mạc mênh mông, đi hàng dặm đường không gặp một sinh vật sống, đột nhiên vang lên tiếng gọi tên tôi.

"Loren!"

Tôi nhìn xung quanh . . . Mặc dù chưa từng trực tiếp nghe

bằng tai tiếng phán của Chúa, tôi phát hiện ra đây là tiếng phán của Ngài.

"Dạ, thưa Chúa!" Tôi nghẹn ngào trả lời với đầy xúc động.

"Loren! Con còn muốn phục vụ ta nữa không?"

Vì sao Chúa hỏi tôi như vậy? Bây giờ, cuộc đời tôi chẳng còn gì khác ngoài Chúa.

Qua làn nước mắt tôi ngước nhìn lên bầu trời không một gợn mây của vùng sa mạc và trả lời: Vâng, thưa Chúa con vẫn muốn tiếp tục phục vụ Ngài. Con chẳng còn gì khác ngoài mạng sống của mình và nếu Chúa muốn, con cũng xin dâng lên cho Ngài."

Một hồi lâu, Chúa phán lần thứ hai:

"Hãy cầu thay cho Darlene".

Từ đầu cho đến thời điểm nghe được tiếng Chúa phán tôi không hề nhớ tới chuyện cầu nguyện bởi cho rằng Darlene đã chết. Thế là, tôi bắt đầu hết sức cầu xin Chúa ban lại sự sống cho nàng.

Thật kỳ diệu thay! Darlene bắt đầu thở dồn dập và cố gắng giữ hơi thở mặc dù nàng vẫn còn bất tỉnh.

Rồi những sự việc khác bắt đầu xảy ra.

Một người Mê-xi-cô lái xe ngang qua, thấy tai nạn liền cấp tốc gọi sự trợ giúp. Một giờ sau, xe cứu thương tới chở chúng tôi đến một bệnh viện gần nhất, cách đó một trăm bốn mươi cây số. Qua khung cửa sổ xe cứu thương đang chạy nhanh trên xa lộ, mọi việc bắt đầu trở nên sáng sủa trong tâm trí tôi. Quả thực Darlene đã chạy lầm đường và tai nạn đã xảy ra trên một con đường nhỏ cách biên giới Mê-xi-cô không xa.

Khi ngồi bên cạnh Darlene trong xe cứu thương, Chúa phán cho tôi lần thứ ba "Darlene sẽ hồi phục". Ngay sau khi lời Chúa như ánh chớp lóe lên trong tâm trí tôi. Darlene trở đầu nhẹ nhàng trên băng ca, mở mắt nhìn tôi với nụ cười duyên dáng rồi thiếp đi. Sau này nàng không còn nhớ mình đã làm điều đó. Người ta đẩy tôi và Darlene vào phòng cấp cứu. Những vết thương được các bác sĩ chăm sóc ngay lập tức. Họ quấn băng xung quanh đầu tôi và trợ lực cho lưng tôi. Qua tấm màng cách ly trong phòng cấp cứu tôi biết Darlene bắt đầu hồi tỉnh. Đột nhiên nhà tôi bắt đầu hốt hoảng gọi tên tôi.

Chắc chắn nàng lo sợ là tôi đã chết. "Anh đây, em hãy yên tâm". Tôi dịu dàng trả lời.

Darlene bị thương nặng ở đầu và cột sống. Lưng tôi cũng nhức nhối và cơ thể tím bầm những vết thương, tuy nhiên không có gì quá nghiêm trọng. Một vài ngày sau chúng tôi cùng rời khỏi bệnh viện. Tôi bước đi một cách vững vàng, thân thể còn mặc bộ quần áo nhơ nhớp những vết máu và đôi chân không giày dép bước đi trên đường vì tất cả tài sản của chúng tôi hiện đang nằm rải rác bên cạnh xác chiếc xe bẹp dí ngoài sa mạc kia.

Sau đó, Darlene và tôi được biết thêm những sự việc khá kỳ diệu là: ngay đúng thời điểm tai nạn xảy ra có một nhóm phụ nữ gặp nhau để cầu nguyện ở ngoại ô thành phố Los Angeles vào mỗi sáng thứ năm hàng tuần. Một người trong nhóm đã nhớ đến chức vụ của chúng tôi và đề nghị cầu nguyện cho chúng tôi, tất cả đã cầu nguyện. Cùng buổi sáng hôm ấy, tại một thành phố phía Bắc California, một người bạn tên là Berniece Coff Siegel cảm động kiêng ăn cầu nguyện cho chúng tôi.

Có thể các bạn nghĩ rằng tôi không hề nghe tiếng Chúa bằng giọng nói rõ ràng trong buổi sáng hôm ấy. Thực sự, tôi rất xúc động khi nghe tiếng của Ngài dù tôi không thể chứng minh cho các bạn được điều ấy. Tôi đã từng nghe tiếng Chúa phán nhiều lần trong tâm trí, đưa đường, dẫn dắt, nhưng hôm ấy tiếng Chúa đến một cách rất đặc biệt khác thường. Sau khi ngẫm nghĩ những chuyện đã xảy ra, tôi khám phá ra cách Chúa phán với con cái của Ngài dù qua tiếng nói có thể nghe thấy bằng tai hay một ấn tượng trong tâm trí không phải là bài học căn bản mà Ngài muốn dạy chúng ta. Bài học sâu nhiệm nhất in đậm trong tim tôi là: Chúa chỉ ban năng lực của Ngài khi chúng ta từ bỏ mọi quyền hạn của mình. Cho đến giây phút tôi tưởng mình đã mất tất cả, thì tôi không hề nghĩ tới chuyện chẳng có gì trong thế gian này là của mình. Tôi thường nói: "Đây là xe của tôi, vợ của tôi, chức vụ của tôi". Sau tại nạn, lần đầu tiên trong đời tôi khám phá ra một sự thật đó là tôi có thể mất hết mọi sự trong một khoảnh khắc ngắn ngủi như vậy.

Tất cả những gì chúng tôi có được đều bởi tay Chúa ban cho trong một thời gian để sử dụng làm vinh hiển danh Ngài. Luồng tư tưởng mới mẻ đã thúc đẩy tôi tìm tòi trong Kinh Thánh để hiểu rõ hơn những điều Chúa muốn dạy dỗ trong vấn đề quan trọng này. Kết quả là sự tìm tòi nghiên cứu này không những thỏa mãn tính hiếu kỳ của tôi nhưng thực sự đã thay đổi cuộc đời tôi, trở thành bí quyết thành công cho cá nhân tôi và cho cả công tác của hội truyền giáo Thanh Niên Với Sứ Mạng (YWAM). Tóm lại, tôi tìm thấy trong Kinh Thánh, đặc biệt qua cuộc đời Chúa Jêsus, một kinh nghiệm quý báu cho con đường dẫn đến thành công là **sự đầu phục** – muốn chiến thắng cần phải hy sinh, hay muốn thành công phải từ bỏ chính mình, từ chối bản ngã.

Nói như thế không có nghĩa là chúng ta phải khoanh tay đầu hàng trong cuộc chiến với tội lỗi. Trái lại, suốt hơn hai mươi lăm năm trong công tác truyền giáo quốc tế, tôi học được bài học là sự từ bỏ chính mình, đầu phục các sự ưu tiên và quyền lợi cá nhân là chìa khóa thành công trong những trận chiến quyết liệt để chiến thắng thế lực ghê gớm của Sa-tan.

Khi thực hiện những điều ấy vì danh Chúa và vì công tác truyền bá Phúc Âm, chúng ta sẽ khám phá được bí quyết chinh phục cả thế gian cho Ngài.

Đối với Cơ Đốc nhân, không có gì quan trọng hơn, thích thú hơn, đáng tìm tòi học hỏi hơn vấn đề nói trên.

Hướng dẫn nghiên cứu

Thảo luận chung

1. Tác giả Loren Cunningham đã từ bỏ điều gì vào đầu câu chuyện?
2. Hãy mô tả các sự kiện xấu làm thay đổi cuộc sống đã ảnh hưởng đến tương lai của Loren?
3. Đức Chúa Trời đã hành động trong cơn khủng hoảng này như thế nào?
4. Chìa khóa để chiến thắng các thế lực của quỷ Sa-tan là gì?

Áp dụng cá nhân

1. Bạn đã từ bỏ điều gì có giá trị nhất vì Chúa Jêsus?
2. Đức Chúa Trời đã cho phép bạn chịu thử thách như thế nào? Ngài đã dẫn bạn vượt qua những thử thách đó như thế nào?
3. Chúa đã can thiệp hay ban thưởng cho người nào đã từ bỏ quyền hạn hoặc quyền sở hữu của họ mà bạn biết như thế nào?

2
ĐI CHÂN KHÔNG

Trong vòng mười năm qua, tôi sống ở tiểu bang Hawaii, tại Đại học Cơ Đốc Á Châu. Ở đó người ta thường đi chân không và bản thân tôi rất thích thói quen về nhà cổi giày để ngoài cửa. Các dân tộc Á Đông cũng có phong tục cởi dép trước khi vô nhà.

Trong Kinh Thánh, việc cởi dép có một ý nghĩa rất đặc biệt. Khi Môi-se gặp Chúa lần đầu tiên tại bụi gai cháy, Chúa phán với ông phải cởi dép ra vì ông đang đứng trên đất thánh.

Người bà con thân thuộc của Bô-ô đã cởi dép ra trong khi thương thuyết với Bô-ô về việc nhường quyền cưới Ru-tơ làm vợ.

Đa-vít đã đi chân không rời thành Giê-ru-sa-lem khi bị thất thế trong cuộc nổi loạn của con trai mình là Áp-sa-lôm.

Chúa Jêsus đã đi chân không đến nơi Ngài bị đóng đinh trên thập tự giá.

Những sự việc trên mang ý nghĩa vô cùng hệ trọng. Trong nền văn hóa của thời đó, đi chân không là dấu hiệu của một người nô lệ. Môi-se đã từng lớn lên nơi cung điện của Pha-ra-ôn, được biết bao nô lệ hầu hạ. Họ không có giày dép hay bất cứ một quyền nào. Môi-se biết rất rõ Chúa bảo ông cởi dép ra khi đứng trước mặt Ngài có nghĩa là Chúa muốn ông đầu phục những quyền cá nhân để trở nên người đầy tớ cho Chúa, vâng theo mạng lịnh Chúa giao là ra đi và giải phóng dân tộc Y-sơ-ra-ên khỏi ách nô lệ của xứ Ê-díp-tô.

Người bà con của Bô-ô cởi giày ra để làm chứng cho lời hứa để Bô-ô chuộc sản nghiệp cho Na-ô-mi và cưới Ru-tơ làm vợ.

Vua Đa-vít thể hiện sự thất bại của mình bằng cách rời cung điện, đi chân không ra khỏi thành Giê-ru-sa-lem như một nô lệ.

Chúa Jêsus để lại cho chúng ta một tấm gương tuyệt vời về sự hy sinh mọi sự vì mục đích cuối cùng. Trong Phi-líp 2:6 chép rằng: "Ngài vốn có hình Đức Chúa Trời, song chẳng coi sự bình đẳng mình với Đức Chúa Trời là sự nên nắm giữ; chính Ngài đã tự bỏ mình đi, mang thân thể con người cam phận kẻ nô lệ..." Kẻ nô lệ không có quyền gì cả và chính Chúa đã trở nên kẻ nô lệ vì cớ chúng ta.

Chúng ta hãy xem lại những quyền hạn mà Chúa Jêsus đã từ bỏ. Trước hết, Chúa từ bỏ quyền làm Đức Chúa Trời Ngôi Hai để đến thế gian làm người. Chúng ta có thể hiểu được sự hy sinh lớn lao của Con Đức Chúa Trời như thế nào khi Chúa lìa thiên đàng vinh hiển đến xã hội ô uế tội lỗi của loài người.

Trong trần gian, Chúa đã từ bỏ quyền được sinh ra trong ngôi nhà ấm cúng. Người ta thường say sưa với những bối cảnh huyền ảo của mùa Nô-ên nhưng tất cả những ai đã từng đến thăm châu Á đều biết sự sơ sài, ẩm ướt, dơ dáy và hôi thối của cái chuồng bò như thế nào.

Chúa đã từ bỏ quyền xum họp với gia đình, nén lòng từ giã ba mẹ khi Ngài lên đường thi hành chức vụ.

Chúa đã từ bỏ quyền kết hôn và quyền sở hữu nhà cửa. 'Cáo có hang, chim trời có ổ song Con người không có chỗ gối đầu".

Chúa từ bỏ quyền sở hữu tiền bạc. Một dịp nọ, Chúa phải mượn một đồng bạc để minh họa một bài giảng (Lu-ca 29:24).

Chúa từ bỏ danh giá của bản thân. Tất cả những người vô tín

đều coi Ngài sinh ra như một đứa con hoang, lớn lên trong một xứ sở nghèo nàn. Cực điểm cho sự bôi nhọ danh giá là khi Chúa bị các thầy tế lễ đương thời gọi Ngài là ma quỷ. Chúng ta hãy tưởng tượng Ngài phải nín chịu thể nào trong tinh thần Ngài.

Chúa còn đi một bước xa hơn là từ bỏ quyền được sống, chịu hy sinh tính mạng trong sự vâng phục, Ngài không chết bằng cái chết bình thường nhưng bằng cái chết trên cây thập tự, một hình phạt chỉ dành cho những tội nhân nghiêm trọng nhất thời bấy giờ. Rồi người ta phải mượn mồ của người khác để chôn Chúa. Cuối cùng, Ngài từ chối quyền yên nghỉ trong mộ và đi xuống tận cùng của địa ngục nữa. (Ê-phê-sô 4:9-10)

Vì sao Chúa Jêsus phải từ bỏ mọi quyền hạn của mình như vậy? Trước hết, Chúa muốn phục hồi chúng ta cho Đức Chúa Trời. Chính vì vậy Đức Chúa Cha đã tôn cao Chúa Jêsus và ban cho Ngài danh trên hết mọi danh, hầu cho ai nghe đến Danh Ngài đều phải quỳ gối run sợ và tôn thờ. Tuy nhiên, Chúa Jêsus còn dạy chúng ta làm thế nào để đắc thắng ma quỷ. Ngài dạy chúng ta một chiến lược để hoàn tất Đại Mạng Lịnh, đó là chinh phục thế gian khỏi tay quỷ Sa-tan về cho Đức Chúa Trời. Chúa Jêsus đã chỉ cho chúng ta một con đường duy nhất để chiến thắng đó là đầu phục.

Chúa muốn chúng ta bước theo Ngài bằng đôi chân không, từ chối chính mình để chinh phục cả thế gian. Chỉ noi gương Chúa Jêsus trong từng lĩnh vực của đời sống chúng ta mới có thể đắc thắng và đồng trị với Ngài.

Ngài đã giải thích rõ điều đó cho chúng ta trong Mác 8: 34-35:

"Nếu ai muốn theo Ta, phải liều mình, vác thập tự giá mình mà theo Ta. Vì ai muốn cứu sự sống mình thì sẽ mất, còn ai vì Ta và cớ đạo Tin Lành mà mất sự sống, thì sẽ cứu".

Bí quyết ấy là gì? Thứ nhất, Đức Chúa Trời ban cho chúng ta

các quyền cá nhân. Kinh Thánh cho biết: "Mọi ân điển cùng sự ban cho trọn vẹn đều đến từ nơi Cha" (Gia-cơ 1:7). Quyền hôn nhân, quyền sở hữu, quyền tự do, quyền công dân của một quốc gia và muôn vàn các ân phước cơ bản khác. Tất cả đều tốt lành. Chúng ta sẽ không bước đi trong chân lý của Chúa nếu cho rằng thế gian vật chất là xấu xa như quan điểm của Ấn Độ giáo hay con đường đi đến sự cứu rỗi là ép xác tu hành, từ chối mọi điều trần tục như quan điểm của Phật giáo. Không, sau khi tạo dựng trời đất, Chúa nhìn xuống một cách hài lòng và chúc phước cho mọi tác phẩm của Ngài.

Chúa trìu mến ngắm nhìn vào các bạn, cùng mọi ơn phước Ngài ban cho chúng ta và phán: "Này mọi sự đều tốt lành".

Vậy, vì sao Ngài lại yêu cầu chúng ta trao lại những quyền cá nhân cho Ngài? Vì đó là cách duy nhất để bày tỏ tình yêu của chúng ta đối với Ngài.

Khi các con tôi còn nhỏ, chúng thường xin tôi tiền để mua quà sinh nhật cho tôi. Vậy, nói đúng hơn là chính tôi trả tiền mua quà cho chính mình. Nhưng điểm chính ở đây là tôi tạo điều kiện cho chúng nó bày tỏ tình yêu với cha mình bằng cách trao lại tôi những gì tôi đã cho chúng bởi chúng yêu tôi.

Cũng vậy đối với Cha Thiên Thượng của chúng ta. Chúng ta không có gì cả. Đức Chúa Trời là Chủ cả thế gian và vũ trụ này, nhưng khi chúng ta dâng lên cho Ngài những gì bởi Chúa ban, việc ấy bày tỏ tình yêu của chúng ta với Ngài và đem lại cho Ngài sự vui mừng.

Một lý do khác mà Chúa yêu cầu chúng ta từ chối một điều nào đó là Ngài muốn ban cho chúng ta điều gì vĩ đại hơn. Đây là nguyên tắc của Nước Trời: hy sinh một sự tốt lành để nhận được một sự có giá trị hơn, đầu phục quyền cá nhân và nhận được đặc ân lớn lao từ Chúa.

Trong khi vật lộn cùng Đức Chúa Trời, Gia-cốp bị thương hông. Mặc dầu phải đi khập khiễng trong cả phần còn lại của cuộc đời, Gia-cốp trở thành hoàng vương của Y-sơ-ra-ên (Xuất 32:22-28). Tất cả tôi tớ của Đức Chúa Trời dù nam hay nữ đều phải bước qua chặng đường này. Quyết định thuộc về chúng ta: Tiếp tục bước đi một cách tầm thường và mất đi những chương trình vĩ đại của Chúa hay bước đi một cách khập khiễng nhưng vinh dự với tư cách là hoàng tử, công chúa của Đức Chúa Trời.

Đức Chúa Trời đã hứa cùng Giô-suê: "Phàm nơi nào bàn chân các ngươi đạp đến thì Ta ban cho các ngươi" (Giô-suê 1:3). Ở đây Chúa không nói: "Phàm nơi nào gót giày ngươi" nhưng "bàn chân ngươi đạp đến..." Đi chân không là dấu hiệu của sự khiêm nhường của sự từ chối mình, sự đầu phục hết thảy. Đối với những người đi chân không, Chúa hứa hẹn một gia sản trên các dân tộc, sự cai trị cùng Chúa Jêsus. Vua muôn vua, Chúa muôn chúa khi Ngài trở lại. Đức Chúa Trời hứa ban cho chúng ta một đặc ân vĩ đại hơn cả, đặc ân chinh phục thế gian và xây dựng Vương Quốc của Ngài.

———————

Hướng dẫn nghiên cứu

Thảo luận chung

1. Khi nào chúng ta đi chân không? Khi nào chúng ta không đi chân không?

2. Môi-se, họ hàng của Bô-ô, Đa-vít và Chúa Jêsus có điểm chung gì khi đi chân không?

3. Chúng ta so sánh đi chân không thời Kinh Thánh và đi chân không thời nay như thế nào?

4. Chúa Jêsus đã từ bỏ quyền hạn gì khi còn trên đất?

5. Chúa đã đầu phục quyền hạn gì vào những ngày cuối cùng trên đất?

6. Ngoài việc phục hòa chúng ta với Đức Chúa Trời, tại sao Đấng Christ chịu khổ thay cho chúng ta? Xem Phi-líp 2:5-11.

7. Nếu quyền hạn là ơn lành Chúa ban cho chúng ta, thì tại sao chúng ta lại dâng cho Chúa?

8. Vinh dự lớn nhất là gì?

Áp dụng cá nhân

1. Nếu vài người vĩ đại trong Kinh Thánh – Chúa Jêsus, Môi-se và Đa-vít – đã đi chân không trước mặt Đức Chúa Trời, thì Ngài đang mời gọi bạn "đi chân không" như thế nào?

2. Cách dễ nhất và nhanh nhất để làm dịu cơn giận của bạn là gì?

3. Sự nóng giận có liên hệ đến quyền hạn gì?

4. Quyền hạn này sẽ cản trở kế hoạch của Đức Chúa Trời cho cuộc đời bạn như thế nào?

5. Hãy đọc kỹ 1 Cô-rinh-tô 6:7 chép rằng: "Thật vậy, anh em có sự kiện cáo nhau, là phải tội rồi. Sao chẳng chịu sự trái lẽ là hơn? Sao chẳng đành sự gian lận là hơn!" Hãy dâng cho Chúa Jêsus quyền hạn của bạn và sẵn sàng để Ngài giúp bạn vượt qua thách thức trong tuần này.

3
TẤT CẢ MÓN QUÀ TỐT ĐẸP VÀ TOÀN HẢO

Một trong những món quà quý báu nhất Chúa ban là quyền được làm thành viên của một gia đình. Chúa muốn tất cả trẻ em sinh ra đều có cha có mẹ, được yêu mến nâng niu nuôi dưỡng, dạy dỗ chúng cho đến khi trưởng thành, hoàn tất một công trình sáng tạo độc đáo của Chúa.

Chúa muốn chúng ta có được sự an ninh, tình yêu và sự tôn trọng cá nhân từ gia đình và từ những thế hệ tiền bối. Chúa muốn chúng ta biết đến cội nguồn của mình. Tôi tin rằng đây là nguyên nhân vì sao Ngài dành nhiều trang trong Kinh Thánh để ghi chép các gia phả. Các gia phả nhắc nhở chúng ta đừng quên tổ tiên của mình. Không những chúng ta cần tìm biết họ là ai nhưng còn cần cảm tạ Chúa về những gì tốt đẹp mà chúng ta thừa hưởng từ họ nữa.

Thêm vào đó, Chúa muốn người nam và người nữ kết hợp với nhau trong mối liên hệ mật thiết tay ba, mà Chúa là đầu. Mối liên hệ ấy phản ảnh tình yêu và sự hiệp nhất của Chúa trong hôn nhân. Hôn nhân là món quà đầu tiên Chúa ban ở trong vườn Ê-đen khi Chùa phán: "Loài người ở một mình thì không tốt!"

Con cái là món quà Chúa ban, là niềm vui thỏa khi họ còn trẻ và là nguồn trợ giúp trong tuổi già nua. Chúa cũng ban cho các bậc phụ huynh trách nhiệm và đặc ân gây dựng niềm tin cho con cái.

Hôn nhân và gia đình là nền tảng Chúa đặt cho một xã hội an ninh. Ý Chúa là mỗi gia đình trở nên một thành lũy kiên cố bảo vệ tâm linh con người trước những cuộc tấn công tàn bạo của Satan trong thế giới đầy tội lỗi.

Hôn nhân, gia đình, con cái . . . tất cả đều là những món quà tốt đẹp và hoàn hảo Chúa ban. Tuy nhiên, Chúa đòi hỏi chúng ta đừng nắm giữ những món quà ấy quá chặt chẽ, hoặc đặc chúng trước sự ưu tiên của Chúa và công việc Ngài. Chúng ta thường thần tượng chúng như những thần tượng mà các dân ngoại thờ cúng. Thần tượng có thể định nghĩa một cách đơn giản là tất cả những gì mà chúng ta yêu mến, hầu hạ nhiều hơn Chúa. Vợ, chồng, con cái, hoặc cha mẹ đều có thể là những thần tượng trong tấm lòng của chúng ta.

Chúng ta có thể thắc mắc rằng: "Phải chăng Kinh Thánh dạy trong 1 Ti-mô-thê 5:8 một người không quan tâm đến gia đình còn tệ hại hơn kẻ vô tín?" Vâng, chắc chắn vậy, chúng ta không được phép từ bỏ trách nhiệm đối với gia đình, Chúa không đòi hỏi chúng ta từ bỏ vợ, con vì sự truyền bá Phúc Âm. Chúa cũng không muốn chúng ta coi thường nghĩa vụ đối với cha mẹ già nua. Chúa vạch mặt sự ích kỷ của bọn Pha-ri-si là những kẻ mượn cớ "hầu việc Chúa" để trốn tránh việc phụng dưỡng cha mẹ mình (Mác 7:1).

Chúng ta có thể viết xuống nguyên tắc sau đây như một phương trình toán học:

TRÁCH NHIỆM - QUYỀN LỢI = PHẦN THƯỞNG TRONG SỰ TƯƠNG GIAO VỚI CHÚA

Trong khi Chúa không bao giờ đòi hỏi chúng ta bỏ bê trách nhiệm với gia đình. Chúa yêu cầu chúng ta đặt tình yêu đối với gia đình và lòng khao khát gần gũi vợ con lên bàn thờ của Chúa. Tình yêu với Chúa và sự vâng phục tiếng gọi của Ngài phải được ưu tiên trên gia đình, cha mẹ, vợ chồng, con cái. Chúng ta phải đầu phục những ân phước này cho Chúa vì những mục đích lớn lao. Hãy xem lại các câu Kinh Thánh sau:

"Ai yêu cha mẹ hơn Ta thì không đáng cho Ta. Ai yêu con trai hay là con gái hơn Ta thì cũng không đáng cho Ta" (Ma-thi-ơ 10:37).

"Nếu có ai đến theo Ta mà không ghét cha mẹ, vợ con, anh em, chị em mình và chính sự sống mình nữa, thì không được làm môn đồ Ta" (Lu-ca 14:26)

Câu Kinh Thánh trong Lu-ca có thể làm cho chúng ta cảm giác khó chịu khi mới đọc qua. Phải chăng Chúa muốn chúng ta 'ghét' cha mẹ, vợ con, anh em hay chính bản thân chúng ta? Thưa không! Chúa Jêsus có ý nhấn mạnh, cường điệu để rõ nghĩa. Chúng ta cần phải yêu Chúa nhiều nhất đến mức nếu so sánh với tình yêu đối với những người trong gia đình giống như là 'ghét'.

Trong quá khứ tôi đã khó hiểu điều này. Tôi có biết một số em nhỏ là con cái của các mục sư, giáo sĩ đã trở nên giận dữ và cay đắng với Chúa vì chức vụ của cha mẹ. Tất nhiên không phải là đa số, bởi hầu hết bạn bè tôi đều là những người lớn lên trong hoàn cảnh cha mẹ hầu việc Chúa trọn thời gian. Họ tiếp tục trở nên những Cơ Đốc nhân mạnh mẽ và nhiều người đã đi vào chức vụ. Tuy nhiên có một vài trường hợp đau lòng và những câu hỏi chất vấn của các em thỉnh thoảng làm nhức nhối trong tim tôi.

Có một cặp vợ chồng là bạn thân của chúng tôi đã kinh nghiệm một hoàn cảnh bi đát khi đứa con trai mình từ chối Chúa sau nhiều năm họ tham gia truyền giáo ở châu Phi. Tiếng ta thán đau đớn của người cha còn vang dội trong trí tôi: "Tôi từng chinh phục hàng ngàn người châu Phi cho Chúa nhưng tôi lại mất đứa con yêu dấu của mình".

Người con lầm lạc kia sau khi ăn năn quay về với Chúa và hầu việc Ngài. Dẫu vậy, trong lòng tôi vẫn còn vương vấn một điều: "Phải chăng sự khắc khổ và hy sinh của chức vụ làm tổn thương con cái chúng ta?"

Khi Karen, con gái tôi còn chập chững bước đi, tôi thường phải tự đấu tranh tư tưởng để trả lời cho câu hỏi ấy. Trách nhiệm trong cơ quan truyền giáo đòi hỏi tôi phải đi công tác xa nhà hàng tuần lễ. Ngoài cuộc sống với gia đình trong một căn hộ nhỏ bé bên cạnh trung tâm huấn luyện của tổ chức YWAM tại thành phố Lausanne, Thụy Sĩ, riêng tôi thường ở đi máy bay, bay tới bay lui từ phi trường Geneva.

Bên cạnh việc giảng dạy và thông báo tin tức về công tác truyền giáo trong các Hội thánh ở Tây Âu, tôi thường đi sang Đông Âu để truyền giảng và phân phát Kinh Thánh. Đây là điều mạo hiểm và dĩ nhiên tôi không khỏi lo lắng. Tôi biết Chúa kêu gọi tôi làm việc ấy nhưng nếu tôi bị bắt giữ, ai sẽ săn sóc vợ con tôi? Có phải tôi đang hành động thiếu trách nhiệm không? Còn những thời gian xa cách gián đoạn thì sao? Làm cách nào để tôi có thể trở thành một người cha, người chồng tốt mà vẫn đi theo sự kêu gọi của Ngài đây?

Có một lần, lúc Karen 13 tháng tuổi, sau một chuyến công tác dài, trở về và sửng sờ khi thấy con gái tôi không thể nhận ra tôi. Nó lưỡng lự nấn ná trong vòng tay của người bạn và không chịu chạy đến ôm cha mình. Điều này như một lưỡi gươm tàn bạo đâm xuyên qua ngực tôi mặc dù tôi dự an ủi là nó còn quá nhỏ dại để hiểu biết và vâng lời.

Vài năm sau, chúng tôi nhận thấy Karen và đứa em trai thường tỏ vẻ sợ hãi và bịn rịn mỗi khi tôi đi xa. Một lần kia tôi vắng nhà,

Đa-vít đứa con trai hai tuổi vừa thoạt nghe tiếng máy bay đang trên đầu bèn lấy tay chỉ lên trời và nhói: "Này, hãy thả cha ta ra đi . . ."

Một lần khác, khi tôi vừa về nhà lại phải quay ngay lại phi trường để đón một người khác đến thăm ngày hôm đó. Karen nay lên bốn, hỏi: "Mẹ ơi, ba đi đâu vậy?" Vô tình nhà tôi trả lời một cách thiếu suy nghĩ: "Ba đi ra phi trường". Một phút sau, nhà tôi quay lưng lại và bắt gặp dòng nước mắt đang tuôn tràn trên gò má Karen. Nhà tôi liền nói thêm: "Ba con chỉ đi đón khách ngoài phi trường chứ không phải đi xa".

Karen liền lấy tay lau vội giọt lệ và cố gắng nói một cách tự nhiên: "Hình như có cái gì rơi vào mắt con".

Thật khó giải thích! Vì được trưởng thành trong một gia đình mục sư nên tôi biết công việc Chúa phải luôn được ưu tiên. Tôi không bao giờ bất tuân hoặc xây lưng từ chối Chúa. Trong ký ức thời thơ ấu, tôi còn nhớ thời kỳ cha mẹ tôi tiên phong mở Hội thánh ở một thị trấn nhỏ ở tiểu bang Arizona. Chúng tôi sống trong một túp lều ở ngoại ô, dùng những thùng gỗ làm bàn ghế và nắp đồ hộp làm đĩa ăn cơm. Cha mẹ tôi đã dùng bùn làm gạch, nhưng thực sự họ đã xây dựng ngôi nhà thờ ấy bằng bụi đất và chính mồ hôi của họ . . . Nhưng tôi chẳng lớn lên với sự mặc cảm thiệt thòi, trái lại cha mẹ tôi để lại trong tôi một tình yêu tuyệt đối với Phúc Âm và công việc tay Chúa. Đó là đặc ân chứ đâu phải là hy sinh.

Vậy bây giờ tôi biết làm cách nào để giải quyết tâm trạng mất mát lớn dần trong gia đình tôi? Tôi càng cảm thấy sợ mỗi lần nghĩ đến chuyện đi công tác là phải tạm biệt gia đình.

Một ngày mùa xuân năm kia, tôi trở về sau một chuyến đi xa. Nhà tôi ăn vội bữa cơm sáng rồi sửa soạn cho Karen đi mẫu giáo rồi quấn khăn mặc áo cho Đa-vít chạy ra sân chơi. Trong khi chờ Darlene quay lại phòng khác cùng tôi. Tôi đưa mắt qua cửa sổ, ngắm nhìn đứa con trai bụ bẫm đang mải mê chơi với chiếc xe tải đồ chơi trên bãi cỏ. Ôi! Thằng bé thay đổi nhanh làm sao qua mấy tuần tôi đi vắng. Tôi bắt đầu thầm đếm trong đầu những ngày vui vẻ còn lại với gia đình trước chuyến đi sắp tới . . . ít quá! Vì sao hầu việc Chúa phải khó khăn như thế này?

Darlene trở lại phòng, âu yếm xếp chân ngồi bên cạnh tôi trên ghế sô-pha.

"Loren – nàng bắt đầu tâm sự – em đã cầu nguyện nhiều về sự chia cách của chúng ta".

Tôi thở dài: "Anh cũng vậy". Tôi biết nhà tôi mong nhớ và lo lắng đặc biệt mỗi khi tôi đi công tác bên Đông Âu.

Darlene rướn người lên nói tiếp: "Sự chia cách không nhất thiết phải tệ hại như vậy đâu, Loren! Chắc chắn Chúa có một bài học cho chúng ta, một bí quyết làm cho mọi sự trở nên nhẹ nhàng hơn". Rồi nàng kể lại cho tôi nghe cái lần nói chuyện với một lãnh đạo trẻ trong cơ quan truyền giáo khi tôi vắng nhà.

Darlene tâm sự với Joe – là lãnh đạo trong cơ quan truyền giáo - rằng Chúa không bao giờ cho phép chúng ta trải qua bất cứ việc khó khăn mà chính Chúa chưa từng làm khi Ngài sống trên trần gian. Chúa không yêu cầu chúng ta từ chối bất cứ quyền cá nhân nào mà chính Ngài chưa từng hy sinh. Đó là sự công nghĩa của Chúa.

Tuy nhiên nhà tôi vẫn còn thắc mắc với Joe. Làm thế nào Đức Chúa Trời có thể hiểu được nỗi đau khi vợ chồng ở xa nhau? Vì Chúa Jêsus chưa bao giờ có vợ. Làm sao mà Ngài có kinh nghiệm này được? Vì Ngài chưa từng xa cách người mà Ngài yêu thương nhất. Ngay cả khi Ngài còn ở trên đất Ngài với Cha vẫn hiệp một.

Nàng kể cho tôi nghe Joe đã nhắc sự chia cách Ngài với gia đình thân yêu của Ngài. Ngay khi Chúa Jêsus bị treo trên thập tự giá, Ngài đã phải kêu lên: "Cha ôi, sao Ngài lìa bỏ con?" Lần đầu tiên trong cõi đời đời, Chúa Jêsus, Con Đức Chúa Trời cảm thấy nỗi đau đớn của sự biệt ly với Cha khi Ngài gánh chịu mọi tội lỗi của nhân loại. Tiếng khóc của Ngài bật ra từ cảm giác kinh khủng của sự cô đơn.

Darlene xúc động nghiêng người về phía tôi, đôi mắt nàng

rưng rưng đầy giọt lệ: "Anh ơi! Chúa thông cảm với nỗi nhớ nhung của chúng ta, bởi Ngài cũng đã từng trải sự chia cách ấy".

Tôi vòng tay ôm chặt đôi cai nhỏ của nhà tôi: "Thật, đúng là vậy!" Chúng tôi nắm tay nhau cúi đầu cầu nguyện trong căn phòng nhỏ bé của Thụy Sĩ, mỗi người đều hứa đầu phục Chúa, chấp thuận đi bất cứ nơi nào Chúa gọi, dù đi cá nhân hay cả gia đình. Chúng tôi cũng cầu thay cho Karen và David, nhắc lại với Chúa là từ khi chúng mới sính, chúng nó thuộc về Chúa chứ không thuộc về chúng tôi. Chúng tôi nhận trách nhiệm nuôi dạy chúng và chúng tôi đặt chúng trong tay Chúa, hết lòng tin cậy Ngài về cuộc sống của chúng nó.

Một vài ngày sau đó, chúng tôi bất ngờ nhận được một món quà bất ngờ. Một người bạn tặng chúng tôi một chiếc xe hơi. Một người khác gọi đến từ Hà Lan cho biết xe hơi hiện đang xuống giá, rồi một số tiền đã được gửi đến chúng tôi vừa đủ mua chiếc xe tiện nghi mà chúng tôi đang cần. Những món quà bất ngờ này giống như từ Đức Chúa Trời. Ngài đã nghe lời cầu nguyện đầu phục của chúng tôi và Ngài ban cho chúng tôi phương tiện này để chúng tôi có thể gần gũi nhau, mỗi khi nhà tôi cần đi công tác.

Chúa cũng bày tỏ cho chúng tôi những bước kế tiếp. Dù chúng tôi đã có phương tiện di chuyển cả một gia đình, nhiều khi tôi vẫn phải đi công tác một mình. Chúng tôi cũng hướng dẫn các cháu biết từ chối mình dù chúng còn nhỏ dại. Trước chuyến đi tới của tôi, Darlene nói cho các con biết là tôi sắp phải đi xa với một sứ mạng rất quan trọng mà Chúa giao phó là truyền giảng chia sẻ Phúc Âm cho nhiều người. Sau đó, trong căn phòng nhỏ, bên cạnh chiếc vali đã được gói ghém sẵn sàng cho chuyến đi, Darlene và các cháu đặt tay cầu nguyện giao phó tôi cho Chúa trong sứ mạng sắp tới. David lắp bắp, thỏ thẻ với giọng nói của đứa trẻ hai tuổi: "Thưa Chúa, xin giúp cha con truyền giảng tốt . . ."

Tự nhiên, *mọi sự* trở nên khác trước, bốn chúng tôi gắn bó

trong tình đồng đội. Nhà tôi và các cháu đang cử tôi thay mặt họ ra đi hầu việc Chúa. Khi tôi nhấc chiếc vali lên, mọi niềm sợ hãi về sự chia cách và hành động bấu víu của những đứa trẻ nay biến đi đâu mất.

Sau khi chiếc máy bay rời khỏi phi trường Geneva, tôi suy nghĩ về sự thay đổi ấy. Tôi khám phá ra là sự khó chịu của vợ con tôi chẳng qua là phản ánh thái độ của chính mình. Một khi tôi đầu phục Chúa trong lĩnh vực gia đình, các con tôi dù hai hay bốn tuổi cũng cảm thấy thỏa lòng an tâm. Một cảm giác bình an mới tràn đến gia đình tôi. Tất cả mọi người nay đều nằm trong tay Chúa và Chúa sẽ lo liệu cho chúng tôi.

Tôi suy nghĩ tiếp về những đứa trẻ cay đắng về chức vụ của cha mẹ mình là mục sư, giáo sĩ. Phải chăng đáp ứng của chúng là phản ánh thái độ của các bậc phụ huynh? Có phải cha mẹ của họ chỉ biết nói về những hy sinh hay về đặc ân được hầu việc Chúa thôi sao?

Trong những tháng tiếp theo, Chúa còn chỉ cho chúng tôi biết những phương cách thực tế hơn. Qua Kinh Thánh, trong sách 1 Các vua 5:14. Chúa dạy chúng tôi một khuôn mẫu đặt kế hoạch công tác. Khi Chúa sai Sa-lô-môn xây đền thờ tại Giê-ru-sa-lem. Ngài ban cho vua cả bản vẽ chi tiết cho thánh đường cùng phương cách điều hành nhân sự. Những công nhân được phái đi sang Li-ban phía bắc để khai thác đá hoa cương chỉ phải xa nhà một tháng, sau đó trở về chung sống với gia đình hai tháng trước khi quay trở lại với công việc xây cất đền thờ.

Tôi tự đặt một nguyên tắc không bao giờ xa rời gia đình quá 30 ngày và tổng số những ngày vắng mặt gia đình không quá 4 tháng trong một năm. Coi việc thi hành nguyên tắc này như sự ưu tiên, chúng tôi tốn thêm hàng ngàn đô-la qua nhiều năm bởi nhiều khi tôi phải bay nửa vòng trái đất để về thăm gia đình rồi cấp tốc quay lại tiếp tục công việc. Nhiều khi tôi phải đem cả gia đình đi công tác, điều đó có nghĩa là phải tin cậy Chúa cung ứng bốn cái vé máy bay thay vì một cái cho tôi mà thôi.

Đây có phải là tiểu xài phí phạm không? Thưa không, nếu như chúng ta biết sự ưu tiên mà Chúa đặt để trong gia đình. Chúa luôn luôn thành tín trong việc cung cấp tài chính tạo điều kiện cho chúng ta xum họp gia đình mặc dù để thực hiện được điều đó, đôi khi chúng ta phải hy sinh quyền sở hữu xe hơi hay nhà cửa. Giống như tất cả các giáo sĩ trong YWAM, chúng tôi không có lương tháng nhưng tin cậy vào sự cung ứng của Chúa, thường qua những món quà của bạn bè.

Nhiều lần sự tiếp trợ của Ngài thật kỳ diệu giúp chúng tôi không xa nhau quá lâu. Một trường hợp đã xảy ra khi chúng tôi đang sống và xây dựng một trường huấn luyện giáo sĩ ở Hawaii. Tôi cần phải xa gia đình hai tháng trong một chuyến đi công tác vòng quanh châu Âu, Thái Lan, Singapore và cuối cùng kết thúc tại châu Úc. Tôi biết rằng tôi có thể vi phạm nguyên tắc mình đặt ra mấy năm về trước là không cho phép gia đình bị chia ly quá 30 ngày. Nhưng tôi không có đủ tiền mua vé máy bay cho vợ con tôi. Thực ra tôi chỉ vẻn vẹn đủ tiền để mua vé cho chính mình một chiều đến thành phố Melbourne nước Úc.

Darlene cùng tôi tâm sự và cầu nguyện về nan đề này. Hay là nhà tôi và các cháu sẽ bay đến nước Úc để gặp tôi, như vậy thời gian xa cách sẽ bị giảm đi một nửa? Chúng tôi cầu nguyện thêm và cả hai đều cảm thấy Chúa muốn mình thực hiện kế hoạch đó. Chúng tôi tin rằng Chúa sẽ mở đường cho vợ con của tôi bằng cách nào đó và đồng thời cũng cho tôi có vé máy bay để quay lại Hawaii từ Melbourne . . .

Sau lần cầu nguyện đó không lâu, chúng tôi nhận được 100 đô-la gửi qua bưu điện. Tuy nhiên, chúng tôi cảm biết rằng Chúa muốn chúng tôi dâng số tiền ấy cho một giáo sĩ tên là Paul Hawkins sắp sửa lên đường đi công tác. Đến lượt tôi đi châu Âu, tôi chia tay gia đình với tấm vé đủ bay một phần của chặng đường. Vài ngày sau, Darlene cho biết nàng vừa nhận được một trăm đô-la nữa, nhưng nàng cảm nhận rằng mình phải dâng cho một người khác đang có hoàn cảnh khó khăn hơn.

Sau đó, Darlene nhận được cuộc điện thoại từ Chicago, một thương gia vốn đã quen biết nhưng im hơi lặng tiếng nhiều năm nay. Ông hỏi Darlene xem chúng tôi có đang theo Chúa và hầu việc Ngài không?

Vợ tôi lịch sự trả lời các câu hỏi, đồng thời băn khoăn trong lòng vì không hiểu tại sao ông ta lại gọi điện sau một thời gian im lặng như vậy.

Ông ấy kết thúc cuộc điện thoại một cách bất ngờ, ông tìm hiểu thêm về chúng tôi bởi vì Chúa muốn ông thực hiện một việc gì đó. Chỉ có vậy thôi!

Vài ngày sau, Darlene nhận được một tờ ngân phiếu từ người đàn ông đó, số tiền trên tờ giấy đó đủ để mua vé khứ hồi cho ba mẹ con đi Úc thăm tôi.

Trong khi đó tôi đang ở Thái Lan, khi tôi chia sẻ ở một Hội thánh kia, một người đàn ông chịu cảm động bất thường. Họ chưa từng tặng tiền cho bất cứ một người Tây phương nào cả, thông thường Hội thánh nhỏ bé này tiếp nhận tài trợ từ giáo sĩ nước ngoài hơn là quyên ủng hộ họ. Người đàn ông này mạnh dạn đứng lên, tuyên bố bằng tiếng Thái rằng họ cần phải tặng tiền cho tôi. Kết quả số tiền quyên góp được vừa đủ mua vé máy bay bay trở về Hawaii từ Melbourne. Hơn nữa, giả sử tôi không có vé khứ hồi, chắc chắn tôi không được phép vô nước Úc để gặp gia đình. Hành động của họ dường như đã cất đi một gánh nặng trong lòng và làm cho tôi vui mừng khó tả.

Bốn người chúng tôi gặp nhau ở Úc theo đúng kế hoạch bởi sự ưu đãi của Cha trên trời. Câu chuyện này xảy ra cách đây nhiều năm, nay hai đứa con chúng tôi đã qua tuổi thiếu niên. Karen, mười chín tuổi, vâng theo tiếng gọi của Chúa và tham gia công tác tuyển giáo nhiều tháng ở Hồng Kông và Đài Loan. David mười bảy tuổi, đứng bên cạnh Karen trong một buổi họp mặt đã làm cho chúng tôi ngạc nhiên bởi lời nói chững chạc: "Con và chị con muốn cảm ơn ba mẹ đã làm phụ huynh cho chúng chúng con. Ba mẹ luôn ở bên cạnh chúng con, không bao giờ ba mẹ gạt chúng con sang một bên khi thực hiện sứ mạng tối cao của Chúa, cha mẹ không chỉ là những giáo sĩ trọn thời gian, cha mẹ còn là bậc phụ huynh trọn thời gian nữa".

Trong mối liên hệ gia đình cũng như trong tất cả các lĩnh vực khác của cuộc sống. Chúng ta sẽ đắc thắng nếu chịu từ chối bản thân. Khi chúng ta nắm chặt một điều gì đó, sớm muộn chúng ta sẽ mất nó, nhưng nếu đầu phục nó co Chúa chúng ta sẽ lấy lại được. Khi khăng khăng ôm chặt những người mình thương cuối cùng chúng ta sẽ mất họ. Khi đặt để bất cứ một ai lên trước Chúa trong cuộc sống chúng ta sẽ gặt hái sự thất vọng, thương tổn và cuối cùng là sự phân chia. Chỉ có Chúa mới xứng đáng vị trí số một trong trái tim chúng ta, tất cả những xếp đặt khác đều không thể thành công. Nếu chúng ta dâng gia đình cho Chúa, chúng ta sẽ được những thân nhân của mình. Chúng ta sẽ gặt hái những phần thưởng trong mối liên hệ sâu đậm hơn với Chúa và mối liên hệ ngọt ngào hơn đối với các thành viên trong gia đình.

Có thể chúng ta cho rằng nguyên tắc này chẳng có gì thực hữu đối với những người độc thân như mình. Có thể chúng ta đã trưởng thành, đã rời khỏi ngôi nhà của cha mẹ và nay đang mong mỏi có được một gia đình ấm cúng. Chìa khóa cho sự thành công không hề khác biệt – từ chối chính mình. Chúng ta phải đầu phục quyền được lập gia đình cho Chúa và ôm ấp sự kêu gọi của Chúa cho cuộc đời mình trong hiện tại. Khi đó có thể Chúa sẽ ban cho chúng ta một người bạn đời đúng thời điểm của Chúa hay Chúa có thể ban cho chúng ta một đặc ân lớn hơn là phục vụ Chúa với tư cách độc thân.

Tôi sống độc thân cho đến năm 27 tuổi, sống lưu động từ nước này qua nước khác với tư cách giáo sĩ truyền bá Phúc Âm.

Tôi thường mong mỏi có người vợ đứng bên cạnh và thù ghét cảm giác cô đơn lúc ấy. Tôi còn nhớ giây phút đứng trên ngọn tháo Eiffel nhìn xuống Paris. Trước cảnh đẹp lộng lẫy của thành phố, tôi muốn quay sang chia sẻ cảm giác thích thú của mình, nhưng bên cạnh tôi chẳng có ai khác. Tự nhiên một cảm giác cô đơn khủng khiếp bao trùm lấy tâm hồn tôi.

Khi còn học trong trường thần học, qua lời của sứ đồ Phao-lô trong 1 Cô-rinh-tô 7, tôi được biết sự độc thân chính là một đặc ân của Đức Chúa Trời . Tôi thầm hy vọng là Chúa sẽ không ban cho mình đặc ân ấy. Thời gian trôi qua, nhiều lần tôi thử tính toán, đoán mò xem ai sẽ là người bạn đời của mình. Tôi coi người vợ tương lai như một trang bị cần thiết cho chức vụ của giáo sĩ vậy. Kể ra xung quanh tôi có nhiều ứng cử viên hấp dẫn cho vị trí ấy lắm nhưng lòng tôi không bao giờ cảm thấy thỏa mãn, bình an. Dần dần tôi hiểu ra phân đoạn Kinh Thánh trên không thể bỏ qua hoặc chỉ dành cho người khác đọc chứ không phải tôi. Có thể Chúa muốn tôi ở độc thân trọn đời trong sự kêu gọi của Ngài.

Tôi trả lời bằng cách đặt quyền lập gia đình lên bàn thờ. Đây là cách nói mà tôi học hỏi từ cha mẹ tôi: "Đặt một điều gì trên bàn thờ có nghĩa là tuyên bố tôi xin từ chối chính mình trong lĩnh vực này vì Chúa". Tôi tâm sự với Chúa: "Dạ, thưa Chúa, con sẵn lòng không bao giờ lập gia đình nếu đó là ý muốn của Ngài".

Một điều kỳ diệu đã xảy ra. Tôi kinh nghiệm một sự tự do mới lạ. Tôi không còn để tâm vào việc *tìm kiếm* nữa. Nhưng tập trung tư tưởng vào công việc trước mắt Chúa giao. Một vài tháng sau, trên đường theo đuổi sự phục vụ Chúa tôi chạm trán một cô gái tóc vàng, sắc sảo, hoạt bát nọ ở thành phố Redwood bang California. Chính nàng cũng vừa đặt quyền lập gia đình lên bàn thờ. Chẳng có ai khác ngoài chính Chúa đã đem chúng tôi lại với nhau.

Một số người từ chối nguyên tắc đầu phục quyền hôn nhân cho Chúa. Họ không bao giờ tìm thấy sự an nghỉ cho tâm hồn bởi họ luôn tìm kiếm người tâm đầu hợp ý, bực tức vì bỏ lỡ những cơ hội trong quá khứ và ganh tị kho một người bạn thân lập gia đình. Một khi sự mâu thuẫn và bất đồng xảy ra, họ thường bị quấy rầy bởi sự hoài nghi. Có thể một tiếng nói trong lòng thì thầm cáo trách họ: "Tháy chưa, bởi ngươi không bao giờ *tin cậy* Chúa tìm cho người bạn đời của ngươi hay là ngươi đã cưới lầm người này".

Tốt hơn hết chúng ta nên đầu phục quyền lập gia đình cho đúng thời điểm của Chúa, nếu Chúa thấy chúng ta có thể sống hạnh phúc và kết quả cho Chúa trong hôn nhân hơn là độc thân, Ngài sẽ đem lại cho chúng ta một người bạn đời vô cùng thích hợp với chúng ta và với công việc của nước Chúa. Trong bất cứ trường hợp nào, chúng ta phải biết chắc chắn rằng việc lập gia đình của Cơ Đốc nhân cần bắt nguồn từ ý chỉ của Đức Chúa Trời. Tôi xin đảm bảo Chúa sẽ chọn một người vợ hoặc chồng muôn phần tốt hơn người chúng ta tự chọn. Chúa thừa khả năng chọn người phối ngẫu cho chúng ta, tôi có thể chứng minh cho điều này.

———————

Hướng dẫn nghiên cứu

Thảo luận chung

1. Hai quyền hạn căn bản và nền tảng cho xã hội loài người là gì?

2. Hãy mô tả mối liên hệ giữa "quyền" và "trách nhiệm"?

3. Chúng ta nên hiểu Đấng Christ phán là "ghét" những thành viên trong gia đình và thậm chí mạng sống mình như thế nào? (Ma-thi-ơ 1:37; Lu-ca 14:26)

4. Đức Chúa Trời có yêu cầu chúng ta từ bỏ quyền hạn nào mà Ngài chưa làm gương không?

5. Chuyện gì đã xảy ra khi vợ chồng Loren và Darlene từ bỏ quyền được ở bên nhau và với con cái?

6. Con cái của Loren cảm thấy như thế nào về sự vắng mặt sau khi ông đã cầu nguyện từ bỏ quyền tự quyết của mình?

Áp dụng cá nhân

1. Bạn có cảm thấy bị thiệt thòi trong vấn đề hôn nhân hay gia đình không? Như thế nào?

2. Hãy cầu xin Đấng Christ thay đổi thái độ "hy sinh" thành "vinh dự" khi có một ước muốn không được thỏa đáng. Hãy viết xuống lời cầu nguyện ngắn để cảm tạ Chúa vì những điều lành mà Ngài đã làm trong cuộc đời bạn.

3. Loren và Darlene xác định những giới hạn trong việc quản lý độ dài và mức độ thường xuyên phải ở xa nhau. Khi bạn từng bước dâng lên Chúa sự đầu phục của mình, hãy xin Chúa bày tỏ về những giới hạn để bảo vệ mối quan hệ của mình.

4. Khi mẹ của Chúa Jêsus và anh chị em muốn gặp Ngài, Chúa Jêsus đã nhìn các môn đồ rồi phán rằng: "Nầy là mẹ ta cùng anh em ta! 50 Vì hễ ai làm theo ý muốn Cha ta ở trên trời, thì người đó là anh em, chị em ta, cùng mẹ ta vậy". Điều này liên quan gì đến sự hy sinh ở trong cuộc đời của bạn?

4
ĐỨC CHÚA TRỜI TOÀN NĂNG
HAY ĐÔNG ĐÔ-LA
TOÀN NĂNG

Tiền bạc là một trong những món quà tốt lành và hữu dụng nhất Chúa ban. Điều đó có làm chúng ta ngạc nhiên không?

Phải chăng tiền bạc cũng là nguồn gốc của tội lỗi? Thưa không! Xin chúng ta đọc câu Kinh Thánh trong 1 Ti-mô-thê 6:10 "*Yêu* tiền bạc là cội nguồn của mọi tội lỗi . . ." (nhấn mạnh động từ '*yêu*').

Chúa không bao giờ phán tiền bạc là xấu xa, bởi chính Chúa ban cho chúng ta quyền làm chủ của cải vật chất. Một trong 10 điều răn dạy "Ngươi chớ ăn cắp", chứng tỏ tầm quan trọng Chúa ban cho quyền sở hữu cá nhân.

Một số tà giáo không chấp nhận tín đồ được quyền này. Họ bắt buộc người mới tham gia tổ chức của họ phải bàn giao tất cả tiền bạc, của cải "cho Chúa". họ dạy rằng sự sở hữu vật chất là sai trái và làm mất lòng Chúa. Phương cách duy nhất làm Chúa đẹp lòng là chẳng nên giữ lại gì cho mình.

Trong mỗi luận điệu của Sa-tan bao giờ cũng có một phần đúng với chân lý. Đúng, Chúa yêu mến kẻ dâng hiến một cách vui vẻ và trong lịch sử Hội thánh có những nhóm Cơ Đốc nhân hy sinh tất cả để theo Chúa Jêsus. Tuy nhiên, xin cẩn thận, đừng để cho ai đòi hỏi chúng ta phải từ bỏ tất cả tài sản trước khi chúng ta có thể 'theo Chúa'.

Một mặt khác, Chúa *có thể* hướng dẫn chúng ta dâng hiến, chia sẻ tất cả mọi điều mình có. Nếu vậy, dù đã tham gia đóng góp tiền bạc bao nhiêu lần, chúng ta đừng để mất niềm vui trong việc này.

Năm 1971, trong khi đang hướng dẫn trường huấn luyện truyền giáo đầu tiên ở Lausanne, Thụy Sĩ, vợ chồng tôi tin rằng Chúa đã bảo chúng tôi mua cái khách sạn mà cơ quan đang phải mướn làm lớp học. Đấy là cơ sở đầu tiên mà hội truyền giáo mới thành lập, chưa đủ khả năng để mua và quả thật đó là một sự thử thách niềm tin lớn lao. Chúng tôi cần có hàng ngàn đô-la.

Chúa hướng dẫn chúng tôi cùng ban lãnh đạo và sinh viên đi từng bước của sự vâng phục khi chúng tôi cầu nguyện và tin cậy sự cung cấp tài chính của Chúa. Một trong những bước Chúa đòi hỏi ở tôi và Darlene là dâng tất cả những gì mình có. Vài năm trước đó, cha mẹ tôi giúp chúng tôi mua một căn nhà ở tiểu bang California. Khi đi truyền giáo, chúng tôi cho thuê nó để lấy tiền trang trải phí hàng tháng. Ngôi nhà ấy là tài sản đáng kể duy nhất của chúng tôi. Vâng lời Chúa, Darlene và tôi bán nó đi trả hết nợ nần rồi dâng phần còn lại cùng tất cả món tiền tiết kiệm trong nhà băng cho việc mua khách sạn ở Thụy Sĩ.

Chúa đem lại sự quyên góp của bạn bè trên khắp thế giới cộng với sự dâng hiến của anh chị em trong cơ quan nhỏ bé của chúng tôi. Kết quả chúng tôi mua được khách sạn vào tháng sáu năm 1971. Nhưng câu chuyện không dừng lại ở đây. Suốt mười lăm năm tiếp theo Darlene, cùng các con và tôi tiếp tục sống ngay nơi chúng tôi công tác trong hội truyền giáo, có khi trong một buồng ngủ, có kho trong hai hoặc ba buồng ngủ tùy theo điều kiện của trường. Chúng tôi không bao giờ nghĩ rằng không làm chủ một căn nhà là sự hy sinh lớn lao.

Đầu năm 1986, Chúa phán cho chúng tôi về việc mua một căn nhà riêng. Điều ấy thật buồn cười bởi chúng tôi chẳng có tài chính hoặc khả năng để mua nhà. Nhưng qua nhiều cách, Chúa khẳng định lại rằng chúng tôi sẽ mua một mái nhà ấm cúng cho gia đình trong một ngày không xa. Một trong những câu Kinh Thánh trực tiếp hướng dẫn tôi là: "Người lành lưu truyền gia sản cho con cháu mình" (Châm ngôn 13:22).

Chúng tôi không ngờ có một thanh niên từ trung tâm huấn luyện ở Lindale, bang Texas đến chia sẻ với những người lãnh đạo của mình là Leland và Fran Paris, anh ta muốn dâng tiền và kêu gọi hàng ngàn nhân viên trong hội cùng đóng góp để mua một căn nhà cho chúng tôi. Đây là một dự án bày tỏ lòng tôn trọng và yêu mến chúng tôi qua hành động cụ thể của 6500 giáo sĩ trong YWAM. Họ thành lập một quỹ tín nhiệm và qua nhiều tháng âm thầm quyên góp những món quà yêu thương từ bạn bè gần xa cho chúng tôi.

Sự việc tiếp theo là một kinh nghiệm hạ mình, đầy phước hạnh nhất trong đời. Chúng tôi được mời đến dự một buổi họp mặt đặc biệt tại phòng khiêu vũ lịch sự của một khách sạn ở Kona, Hawaii. Ở đó, hơn bảy trăm người nhóm lại trong một chương trình gọi là *Chiến dịch bày tỏ lòng trân trọng*. Nhiều người bạn nói về lòng yêu mến của họ đối với chúng tôi, nhiều người nói bằng tiếng mẹ đẻ của họ như tiếng Tongan, Swahili, Ả Rập, Bồ Đào Nha, Indonesian hay những ngôn ngữ khác.

Rồi khi trái tim chúng tôi muốn nổ tung ra bởi những sự xúc động mãnh liệt, họ đem ra sơ đồ và bản vẽ của một căn nhà xinh xắn sắp được dựng lên trên một mãnh đất họ mua được trên đảo Kona. Lòng chúng tôi tràn ngập sự sửng sốt, dở khóc dở cười. Tiếp theo đó, họ mở tung hai cánh cửa ở một bên tường của phòng khiêu vũ để lộ ra một chiếc xe hơi hiệu Nissan mới 'cắt chỉ'. Đây là chiếc xe hơi đầu tiên chúng tôi có được trong vòng hơn hai mươi năm. Tôi ngồi yên lặng, lắc đầu không tin ở giác quan mình, còn Darlene kêu lên trong sự kinh ngạc như những người đang dự thi tranh giải đặc biệt nào đó.

Tác động trực tiếp và mạnh mẽ nhất của buổi lễ tối hôm đó là sự bày tỏ tình cảm và lòng biết ơn từ những người chúng tôi hết sức yêu mến và tôn trọng, mặc dầu hành động của họ làm chúng tôi hơi lúng túng, e thẹn. Tiếp theo là sự "bồi thường" của Chúa cho thái độ vâng phục khi chúng tôi bán căn nhà nhỏ của mình để mua cơ sở cho hội truyền giáo 15 năm về trước. Và Ngài còn ban cho chúng tôi những gì có thể lưu truyền lại cho con cháu nữa.

Cho dù chúng ta dâng hiến chia sẻ tất cả những gì thuộc về mình. Chúa sẽ ban lại cho chúng ta để rồi chúng ta luôn có được niềm vui tiếp tục hành động ấy. Chúng ta có thể tìm thấy lời hứa của Chúa trong Mác 10: 29-30 "Quả thật, quả thật Ta nói cùng các người rằng: Chẳng có người nào vì Ta và Tin Lành mà từ bỏ nhà cửa, anh em, chị em, cha mẹ, con cái, đất ruộng mà chẳng nhận lãnh được đương bây giờ, trong đời này, trăm lần hơn về nhà cửa, anh em, chị em, mẹ con, đất rộng với sự bắt bớ và sự sống đời đời trong đời sau". Quyền sở hữu chính là đặc ân và trách nhiệm Chúa ban cho chúng ta.

Chúa Jêsus nói về tiền bạc nhiều hơn tất cả những vấn đề khác, trung bình trong sáu lời dạy của Chúa có một lời đụng đến tiền bạc. Chúa nói về tiền bạc nhiều hơn về sự cứu rỗi. thiên đàng, Hội thánh hay Nước Trời. Vì sao Ngài để tâm nhiều về vấn đề tiền bạc vậy? Bởi Chúa biết cái ví ở gần trái tim chúng ta biết dường nào. Martin Luther tuyên bố rằng đồn lũy cuối cùng của một cá nhân là tiền bạc của anh ta.

Một phần ba trong số chuyện ngụ ngôn Chúa kể liên quan đến tiền bạc hay của cải, ví dụ như câu chuyện về những ta-lâng trong Ma-thi-ơ 25. Thường chúng ta nghe lời giải thích về ta-lâng là *khả năng cá nhân* như chơi đàn, hay giảng dạy nơi công cộng. Nhưng chúng ta đừng quên rằng tiền bạc là vấn đề chính Chúa muốn nói ở đây. Chúng ta có thể gọi 'ngụ ngôn về ta-lâng" là "ngụ ngôn về đồng đô-la".

Một ta-lâng nặng khoảng 75 bảng Anh hay 34 kg, vậy khi Chúa nói về người đầy tớ được giao quyền quản trị 5 ta-lâng vàng. Chúa nói về 2 triệu đô-la theo giá thị trường ngày nay. Bài học từ câu chuyện về những ta-lâng là chúng ta phải sử dụng tài chính một cách khôn ngoan, đầu tư tiền bạc vào công việc phát triển vương quốc của Chúa.

Hầu hết các Cơ Đốc nhân đều biết về quyền sở hữu cá nhân Chúa ban. Vấn đề thiếu sót chính là tấm lòng vâng phục Chúa trong sự dâng hiến chia sẻ. Chúa ban cho chúng ta tiền bạc để sử dụng và con người để yêu thương nhưng chúng ta thường làm ngược lại: yêu thương tiền bạc và sử dụng con người. Thay vì tôn thờ một Chúa toàn năng, chúng ta tôn thờ đồng đô-la toàn năng.

Chúng ta đã từng thấy một người mới mua một chiếc xe hơi, lộng lẫy, đắt tiền chưa? Anh ta bỏ ra hàng giờ để nâng niu, lau chùi, đánh bóng nó. Anh ta cố tình đậu chéo hai ô trong bãi đậu xe, phòng xa có ai mở cửa xe bên cạnh vô ý làm trầy nước sơn xe mình. Anh chỉ tin cậy một thợ cơ khí nhất định hay một tiệm sửa xe đặc biệt. Có bao giờ chúng ta băn khoăn không biết ai đang lái ai đây. Người tài xế hay chiếc xe hơi?

Chúng ta có thể cười người khác một cách dễ dàng nhưng bản thân chúng ta thì sao? Có người nói rằng qua kiểm nghiệm cuốn sổ chi tiêu của một cá nhân, chúng ta có thể biết được sự ưu tiên của đời sống cá nhân đó. Chắc chúng ta vẫn còn nhớ chuyện Chúa Jêsus đứng bên cạnh thùng đựng tiền dâng trong Đền thờ và quan sát thái độ dâng hiến của mọi người (Lu-ca 21:1-4). Liệu Chúa có thể nhìn vào quyển sổ chi tiêu của chúng ta được không? Kiểu mẫu về sự dâng hiến của chúng ta cho Chúa và công việc nhà Chúa như thế nào? Có người nghĩ rằng những điều kể trên không áp dụng trong trường hợp của họ "Phải chăng Chúa Jêsus đang nói về những người giàu có, rằng người giàu vô được thiên đàng còn khó hơn con lạc đà chui qua lỗ kim? Còn tôi, tôi luôn ở trong tình trạng bị phá sản, tôi là sinh viên, hay tôi bị thất nghiệp. Chắc chắn Chúa chẳng yêu cầu tôi dâng hiến đâu".

Xin đừng nghĩ rằng bởi chúng ta túng tiểu mà không thờ thần tài hơn thờ Chúa. Tôi đã từng thấy trong các nước thế giới thứ ba nghèo khó, sự nô lệ vật chất cũng mạnh mẽ không kém gì những nơi sung túc khác. Ở đó, sự nô lệ có thể là chiếc xe đạp thay vì chiếc xe hiệu Porsche lịch sự, một cái đài bán dẫn thay vì một mái hát đĩa CD xách tay tối tân. Đối với người nghèo, lòng ham muốn được sở hữu và nỗi sợ hãi bị mất mát khi còn mạnh hơn nữa. Người nghèo ham muốn vật chất đến mức phải nợ nần, thay vì tiết kiệm trong ngân hàng với lãi suất, họ vay mượn tiền với tinh thần mua sắm trước suy nghĩ sau.

Ngược lại người giàu có khả năng rộng rãi hơn về tiền bạc. Sự cám dỗ của họ thường là quyền lực và địa vị mà đồng tiền chó thể mua được. Chúng ta đã từng thấy ai hứa dâng một khoản tiền lớn cho Hội thánh với điều kiện *ban chấp hành phải hứa làm theo những điều họ mong muốn chưa?*

Tất cả mọi điều Chúa mong muốn ở chúng ta là sự nới lỏng đôi tay trên những gì mình đang có, cho phép Chúa sử dụng những gì mà chính Chúa đã ban cho chúng ta. Chúa tuyên bố chúng ta không thể làm tôi hai chủ: vừa làm đầy tờ cho Chúa vừa làm đầy tớ cho tiền bạc. Chúa ban cho chúng ta quyền sở hữu đồng thời yêu cầu chúng ta vui vẻ dâng lại những gì mà chúng ta nhận được . Bởi tất cả mọi sự, dù dưới quyền sở hữu của chúng ta, đều thuộc về Chúa. Chúng ta phải lựa chọn hoặc biến mình thành kẻ trộm và ăn cắp tài sản của Chúa. Ông R.G. LeTourneau một kỹ sư nổi tiếng, giàu có bởi sự chế tạo các xe ủi đất đã phát biểu như sau "Điều quan trông không phải là bao nhiêu tiền *tôi* dâng cho Chúa, nhưng bao nhiêu tiền của *Chúa* mà tôi giữ lại cho riêng mình".

Chỉ kho nào chúng ta trao lại quyền chi tiêu tiền bạc một cách cá nhân cho Chúa, chúng ta sẽ kinh nghiệm được Chúa là Đấng Ban Cho. Chỉ kho nào chúng ta thưa với Chúa 'Tất cả mọi sự thuộc về Chúa, xin Chúa cho con biết những gì Chúa muốn. Xin Chúa dạy con cách sử dụng chúng như thế nào theo ý muốn của Ngài". Chúng ta sẽ chứng kiến Chúa làm việc một cách diệu kỳ để cung ứng mọi nhu cầu của chúng ta. Khi ấy chúng ta sẽ hiểu được sự bình an của con cài Chúa trong bất cứ hoàn cảnh khó khăn nào, dù khi thất nghiệp hay khủng hoảng kinh tế, thị trường mất giá hay nạn đói hoành hành . . .

Có một người đàn bà góa với một đứa con trai nhỏ dại sống một cách tuyệt vọng trong một xóm nhỏ hẻo lánh kia. họ luôn thiếu đồ ăn, cả hai gầy ốm, da bọc xương. Chân và tay của em bé khẳng khiu như những ống sậy, bụng em trương lên đầy không khí và nước, mẹ em không có đủ sức để đi lại kiếm ăn nuôi em. Một ngày kia, bà tìm thấy một chút xíu bột và dầu, vèn vẹn đủ làm một ổ bánh nhỏ. Bà dự định làm cho con mình ăn một bữa ăn đạm bạc cuối cùng rồi nằm xuống bên cạnh đứa con trai để chờ chết.

Khi bà đang gom góp vài que củi để chụm lửa nướng bánh thì có một người lạ đến gần. Tên ông là Ê-li, tiên tri của Đức Chúa Trời. Ông yêu cầu bà nấu cho ông ăn. Người đàn bà góa đứng thẫn thờ, đầu lắc lư bởi cơn đói, ngạc nhiên không hiểu ông khách này sao mà nhẫn tâm xin miếng bánh ít ỏi cuối cùng của đứa con của bà. Phải chăng ông không thấy đôi mắt đờ đẫn, gương mặt ủ rũ của bà? Phải chăng ông không thấy đứa con trai của bà nằm trên ổ rơm, ốm yếu đến mức không còn đủ sức để đuổi ruồi trên thân thể nó. Suốt mấy tuần lễ qua, bà âm thầm lo lắng nghe tiếng rên rỉ não lòng của đứa con trai vì thiếu ăn.

Trong giây phút khi người khách lạ yêu cầu cho thức ăn, có một điều khác thường thúc giục lòng bà. Có một tiếng nói nhỏ nhẹ vang lên "Hãy vâng lời, hãy chia sẻ đi, còn điều chi ngươi sợ mất mát?"

Chắc chúng ta biết rõ phần kết thúc câu chuyện: Bà ta vâng

lời , chấp nhân hy sinh, bà trộn nắm bột cuối cùng với vài giọt dầu, nướng ổ bánh rồi trao cho tiên tri Ê-li. Tiên tri ăn ổ bánh của bà rồi làm theo lời Chúa phán, khiến cho nồi của bà luôn đầy bộ và hủ của bà luôn đầy dầu đủ cho nhiều năm. Điều chúng ta đáng học ở đây là người đàn bà góa đầu phục quyền sở hữu của bà trước khi Chúa đáp ứng nhu cầu của chính bà.

Chúng ta đang chứng kiến những nan đề khổng lồ trên thế giới hôm nay. Chúa không bịt tai trước tiếng khóc của 750 triệu người hàng đêm đi ngủ với dạ dày xẹp lép, đau đớn vì cơn đói. Chúa biết tên của từng em trong số 20 triệu em nhỏ nằm ngủ trên vỉa hè của những thành phố của Nam Mỹ. Chúa rơi nước mắt trên số phận của 40 triệu thiếu nhi chết đói ngày hôm qua. Ngay bây giờ khi chúng ta đưa mắt đọc hết dòng chữ này, 21 người qua đời vì không có gì trong bao tử. Chúa tường tận hoàn cảnh tuyệt vọng của những người lang thang không nhà không cửa trên đường phố Hoa Kỳ, những gia đình phải ngủ trong xe hơi hay dưới gầm cầu dưới xa lộ của thành phố chúng ta. Chúa quan sát 900 triệu người trên thế giới sinh hoạt trong những căn hộ lụp xụp, điêu tàn, được dựng lên bởi những mảnh cát-tông hay thùng thiếc nhặt ngoài bãi rác và 100 triệu người khác phải nằm ngủ dưới vòm trời đầu sương gió khắc nghiệt. Chúa biết những người phải sống trong những khu ổ chuột không có một phương tiện vệ sinh tối thiểu, những người bới rác kiếm sống, những người phải chết vì thiếu thốn những viên thuốc kháng sinh, những người vô học, không có trường sở cho con cái và không có tương lai để hướng tới. Nỗi đau đớn được mô tả trên đây chỉ là một phần nhỏ của câu chuyện. Chúa Jêsus khóc về 100 ngàn người chết mỗi ngày mà không biết đến danh Chúa. Chúa biết tên mỗi cá nhân trong 2,5 tỉ người đang chờ đợi để được nghe giảng Phúc Âm, Vậy vì sao Chúa không tài trợ cho công tác truyền giáo. Nếu Chúa đã từng ban bánh ma-na và thịt từ trời xuống nuôi cả triệu con dân của

Ngài, sao Ngài không ban tài chính để cung ứng nhu cầu tâm sinh lý của thế giới ngày hôm nay?

Tôi tin rằng Chúa đã đặt trong tay Cơ Đốc nhân đủ tài nguyên để truyền giảng một cách trọn vẹn cho hàng tỉ người trên thế giới chưa được biết đến Danh Chúa. Chúa không những trang bị cho chúng ta đủ để công bố Phúc Âm nhưng còn cung ứng nhu cầu thuộc thể nữa. Nguồn tài trợ sẵn sàng, giống như nắm bột và giọt dầu trong hủ đang chờ đợi Chúa làm gia tăng và đáp ứng nhu cầu của thế giới. Xin cho phép tôi được dẫn chúng một vài thí dụ.

- Tiến sĩ David Barret nhà nghiên cứu đồng thời chủ bút của bộ Bách Khoa Cơ Đốc Thế Giới cho biết rằng có 1,68 tỉ người xưng nhận niềm tin trong Danh của Chúa Jêsus. Tất cả Cơ Đốc nhân trên thế giới thu nhập khoảng 8,2 ngàn tỉ đô-la và làm chủ hai phần ba tài nguyên trên trái đất.

- Chỉ cần mỗi một Cơ Đốc nhân dâng hiến một đô-la để gửi tặng mỗi gia đình trên thế giới một cuốn Kinh Thánh (dựa theo thống kê dân số trên thế giới là 5 tỉ người, trung bình ở mỗi hộ có 5 người và giá mỗi cuốn Kinh Thánh là một đô-la).

- Có hai ngàn sắc tộc với ngôn ngữ khác nhau chưa được truyền giảng Tin Lành. Chỉ cần 40 triệu Cơ Đốc nhân hàng năm đóng góp mỗi người một đô-la, chúng ta có đủ tài chính ủng hộ cho hai giáo sĩ phục vụ trong mỗi sắc tộc nói trên.

- Thay vì nuôi một con chó hay con mèo ở các nước phát triển chúng ta có thể đào tạo một em nhỏ ở thế giới thứ ba trong chương trình giáo dục Cơ Đốc

Có 16 triệu dân tị nạn trên thế giới, muốn nuôi họ, chỉ cần tất cả Cơ Đốc nhân dành dụm mỗi ngày một xu, hay 3,65 đô-la mỗi năm.

Khi tôi nói rằng Chúa đã dự bị cho chúng ta mọi phương tiền tài chính cho chương trình truyền giáo quốc tế, chúng ta có thể thấy đó là sự thật rõ ràng và không đòi hỏi sự hy sinh lớn lao của chúng ta. Chúa muốn đáp ứng môi nhu cầu thuộc thể và thuộc linh của từng cá nhân. Chúa muốn chúng ta cùng tham gia với Chúa, mặc dầu Chúa có thể tự mình thực hiện điều ấy. Chúa có thể nuôi sống tiên tri Ê-li không cần đến bột và giọt dầu của người đàn bà góa. Chúa đã từng ban cho Ê-li đồ ăn mang đến bởi con qua, nhưng Ngài muốn ban phước cho bà và chia sẻ với bà niềm vui được chứng kiến phép lạ tiên tri thực hiện cho bà.

Chúng ta có thể có lòng mong muốn được đóng góp, nhưng thường cảm thấy băn khoăn khó chịu khi nghe đến những lời yêu cầu về tài chính. Hằng ngày, chúng ta thường nhận được những lá thư từ các giáo sĩ, mỗi người đều trình bày những nhu cầu chính đáng của mình. Làm sao chúng ta có thể biết mình nên gởi tiền giúp ao và giúp họ bao nhiêu? Tôi tin rằng chìa khóa giải quyết nỗi băn khoăn này là sự nhạy cảm lắng nghe tiếng Chúa phán trong việc đóng góp - đóng góp bởi sự vâng phục chứ không phải bởi sự cảm động hào hứng hay ép buộc.

Một vài năm trước đây có một nhóm thanh niên miền Nam tiểu bang California bay tới Hawaii để tham gia chiến dịch truyền giáo của YWAM. Hai người bạn của tôi ông bà Joy và Jim Dawson là một trong những người nhạy cảm thuộc linh nhất mà tôi được biết có mặt trong buổi đưa tiễn hai đứa con mình, khi đến phòng khách của phi trường, họ gặp Steve và Verna đang ngồi ủ rũ trên hàng ghế. Cả hai đều có tên trong số những người tham gia đoàn truyền giáo, nhưng họ không có đủ tiền để mua vé máy bay, mỗi người còn thiếu khoảng 100 đô-la.

Cả hai đều cảm thấy Chúa phán với mình sẽ có mặt trong

chuyến đi. Họ đã ra phi trường với hành trang sẵn trong thái độ tin cậy và vâng phục.

Mặc dù ông bà Dawsons đã đóng góp hàng trăm đô-la giúp các thành viên trong đoàn, họ sẵn sàng giúp thêm Steve và Verna nếu đó là ý Chúa. Joy cúi đầu cầu nguyện cùng chồng mình xem Chúa có muốn họ đóng góp thêm nữa không.

Tuy nhiên Chúa cho họ biết là họ không nên đóng góp thêm. Lời mà Joy nhận được trong tâm trí là *"Các ngươi đã làm trọn bổn phận của mình. Ta muốn cung ứng cho họ qua bàn tay của người khác nữa"*.

Họ không biết làm điều gì hơn là yên lặng chờ đợi và ngước nhìn đồng hồ. Chỉ còn vài phút nữa là đến 6 giờ tối, thời điểm máy bay cất cánh.

Mọi giọng nói từ hệ thống truyền thông vang lên "Xin chú ý, chú ý! Hãng hàng không Miền Tây, chuyến bay số 771, sẽ bay đi Honolulu, đề nghị mọi người lên máy bay tại cổng số 63."

Đội truyền giáo cùng các hành khách khác lần lượt xếp hàng lên cầu thang máy bay. Kim đồng hồ xếp hàng dọc chỉ sáu giờ, rồi sáu giờ hơn. Qua lớp kính đồng hồ màu khói của phòng chờ bay, Jim và Joy vẫn thấy chiếc máy bay khổng lồ nằm yên bất động. Vì sao nó không cất cánh? Nhân viên kiểm soát vé của hãng hàng không vẫn đứng nghiêm bên công ra vào. Phía sau anh ta là chiếc cầu thang trống rỗng dường như đang ngáp dài chờ đợi ai đó. Hệ thống truyền thông im hơi lặng tiếng, chẳng hé lên một lời giải thích về sự chậm trễ của chuyến bay.

Jim nhìn xuống đồng hồ trên tay mình, bây giờ là 6 giờ 15 phút.

Trong giây phút đó một thanh niên hớt hải chạy vào phòng chờ bay. Với gương mặt đỏ gay và hơi hổn hển, Clay Golliher một nhân viên trong hội truyền giáo lắp bắp hỏi "Máy bay đã bay đi Honolulu chưa? Chúa phán cho tôi đến trao tiền cho một ai trong đoàn." Rồi anh ta hướng nhìn Steve và Verna "Các bạn cần tiền phải không?"

Steve trả lời: "Phải, chúng tôi cần mỗi người một trăm đô-la".

Clay thò tay vô túi lấy ra một phong bì màu trắng: "Chắc chắn đây là quà của Chúa dành cho hai bạn".

Steve và Verna nhận món tiền, cám ơn Clay, rồi chạy vội tới nhân viên hãng hàng không. Đầu tiên họ bị từ chối với lý do rằng mọi hành khách đã lên hết trên máy bay và máy bay sẵn sàng cất cánh bất cứ lúc nào.

Jim nhảy vô tiếp sức trong cuộc tranh luận, cố gắng thuyết phục nhân viên hãng hàng không chiếu cố và cho phép đôi bạn lên máy bay cùng đồng đồng đội của họ. Cuối cùng khi Jim tuyên bố "Những thanh niên này đang trên đường đi truyền giáo". Người kiểm vé nhượng bộ và viết vội hai vé rồi trao cho Steve và Verna. Steve và Verna nhặt hành lý rồi chạy vội ra chiếc cầu thang lên máy bay. Vài phút sau, chiếc máy bay khổng lồ từ từ lăn ra đường băng . . .

Jim và Joy quay sang Clay, lắng nghe anh thuật lại đầu đuôi câu chuyện của mình.

Chiều hôm ấy, Clay đến tòa lãnh sự Philippines phía bên kia thành phố để xin thị thực nhập cảnh cho chuyến đi truyền giáo của mình. Đột nhiên một ấn chứng của Lời Chúa hiện đến tâm trí của anh *"Con đâu cần phần tiền tiêu xài kia trong chuyến đi sắp tới. Phải chăng con nên giúp đỡ những người trong đoàn truyền giáo đi Hawaii tối hôm nay?"*

Clay ngời nhìn lên đồng hồ treo trên tường hau giờ ba mươi phút. Đoàn đi Hawaii sẽ rời phi trường lúc sáu giờ. Không để phí một tích tắc, Clay lao nhanh ra khỏi tòa nhà và nhảy vội lên chiếc xe buýt đang đậu cạnh đó. Chiếc xe buýt chậm chạp vừa đi, vừa dừng trên những con đường bận bịu của thành phố Los và cuối cùng dừng lại ở đại lộ Chan đổi cách trung tâm truyền giáo không xa.

Trái tim Clay dường như muốn ngừng đập khi anh thấy bãi đậu xe vắng tanh của cơ quan. Tất cả các cửa ra vào đã được đóng chặt. Tuy nhiên ở góc kia vẫn còn một chiếc xe hơi. Clay đi vòng quanh nhà kiên nhẫn đập gõ từng cửa hậu, cửa sổ cho đến khi một thanh niên thò cái đầu đẫm nước và bọt xà phòng ló ra. Anh ta cho biết đoàn truyền giáo đã rời cơ quan trước đó một giờ. Với sự thúc giục của Clay, chàng thanh niên mặc vội quần áo vào rồi cả hai nhảy lên xe phóng ra xa lộ, vật lộn với sự tắc nghẽn giao thông trong giờ tan sở. Cuối cùng họ đến được phi trường, tuy chậm trễ nhiều sau giờ khởi hành của chuyến bay.

Clay kết thúc câu chuyện rồi cười phá lên cùng Jim và Joy. Trong câu chuyện này có biết bao nhiêu chi tiết không thể tưởng tượng nổi: Nào một chiếc xe buýt đang chờ sẵn trước cửa lãnh sự quán trong một thành phố nổi tiếng là thiếu thốn phương tiện giao thông công cộng . . . nào một thanh niên còn sót lại trong cơ quan với chiếc xe riêng . . . nào sự đình trệ không ai giải thích nổi của chuyến bay đi Hawaii cho đến khi Clay đặt chân vào phi trường. Tất cả mọi người đều đồng ý rằng họ sẽ mất đi bao nhiêu kinh nghiệm lý thú nếu Jim và Joy hành đồng theo sự rung động cá nhân và ủng hộ tiền cho Steve và Verna trước đó.

Nhiều khi chúng ta đánh mất cơ hội dâng hiến, chia sẻ tốt đẹp bởi không lắng nghe sự chỉ dẫn của Chúa và vâng lời Ngài.

Khi hành động với thái độ vâng lời và ước nguyện muốn làm đẹp lòng Cha. Chúng ta không bị khó chịu mỗi khi nhận được những lời yêu cầu ủng hộ tài chính, không bị cám dỗ khi có người dùng thủ đoạn khêu gợi lòng ham muốn như: "Hãy dâng đi, rồi Chúa sẽ ban lại cho nhiều hơn". Chúng ta thoát khỏi cạm bẫy muốn dùng tiền dâng để lèo lái điều khiển người khác, hay tự phụ, muốn dâng để tên mình được ghi vào sổ vàng lưu niệm hay được khắc vô bia đá trước cửa nhà thờ. Nhiều khi chúng ta trở nên nạn hân của chiến thuật gây quỹ qua sự cáo trách "Nếu bạn không giúp chúng tôi, chương trình này sẽ bị đóng cửa, hàng triệu người sẽ phải xuống địa ngục".

Khi hành động trong sự dẫn dắt của Đức Thánh Linh và tấm

lòng trong sạch, chúng ta sẽ thấy Chúa là Đấng tiếp trợ mọi nhu cầu của chúng ta và cho công việc của Ngài.

Trong YWAM, chúng tôi chứng kiến nhiều phép lạ về tài chính trong vòng những người mạnh dạn dâng mình hầu việc Chúa. Chúng tôi thường nói **"Hã làm hết sức của chúng ta, Chúa sẽ làm phần còn lại".** Có một đôi vợ chồng kia, Dean và Michelle hết lòng tin cậy Chúa cung ứng cho họ trong công tác truyền giáo. Có lần họ đã cạn túi và không đủ tiền để mua sữa cho đứa con mới sinh. Michalle và Dean cầu nguyện rồi bạch bộ rời cơ quan trở về nhà riêng.

Trên con đường tấp nập xe và người, Michelle đừng lại bên cạnh một bụi cây, mắt cô bị thôi miên bởi những gì cô thấy, khó tin quá, trên những cành cây khác nhau có những đồng một đô-la mới tinh, phân bố đều một cách trật tự. Michelle nhặt chúng và đếm được 35 đô-la, không những vừa đủ để mua sữa nhưng còn đủ mua thêm một chiếc nôi mà lòng cô luôn ao ước. Chúng ta có thể hình dung tiền mọc ra trên cành cây như trong truyện thần thoại không? Chúa đã sử dụng một phương tiện bất thường để cung ứng nhu cầu của họ.

Tuy nhiên Chúa thường sử dụng con cái Ngài để giúp đỡ chúng ta với mục đích siết chặt sợi dây thông công và sự lệ thuộc lẫn nhau trong vòng Hội thánh.

Giữa chúng ta có biết bao nhiêu người có tiền để chia sẻ nhưng thường chờ đợi cho đến khi một vài nhu cầu cá nhân được thỏa mãn. Biết bao nhiêu lần Chúa nhắc nhở dâng hiến nhưng chúng ta phớt lờ đi hoặc biện hộ, phân biện ý Chúa theo cách riêng tư?

Cách đây nhiều năm tôi đến nói chuyện cho một hội đồng bồi linh của Thanh niên vì Đấng Christ ở New Zealand. Những thanh niên đến dự hội đồng là đại diện của nhiều thành phần khác nhau; Bên cạnh tín hữu từ Hội thánh địa phương còn có những người mới tiếp nhận niềm tin tại trại, nguyện từ bỏ rượu chè, ma túy để theo Chúa, ngoài ra còn có nhiều người chưa từng đầu phục Chúa.

Sau buổi nhóm tôi bách bộ dạo mát trước khi đi ngủ. Phía sau tôi là những ngôi nhà của khu cắm trại, trước mặt là con đường mòn với những hàng cây rực rỡ trong ánh trăng bạc, bóng cây ngã dài trên những thảm cỏ thơm ngát và những đàn chiên hiền lành. Đột nhiên một cảm giác đến với tâm trí khiến tôi dừng lại và tôi nhận ra ngay tiếng phán nhẹ nhàng của Chúa *"Loren! Trong túi quần của con có gì?"*

Tôi thò tay vô túi lấy ra tờ bạc và đồng xu rồi ngước lên bầu trời thưa với Chúa "Thưa, có một chút tiền".

Sau bao nhiêu sự kiện hứng thú xảy ra trong hội đồng, tôi sẵn sáng làm bất cứ việc gì Chúa muốn.

"Con ném số tiền đó xuống đất đi". Chúa nhẹ nhàng phán trong lòng tôi.

Tôi lập tức thi hành rồi tiếp tục bước đi, trong lòng hơi băn khoăn không biết Chúa sẽ làm gì với những đồng tiền của tôi. Trong tâm trí tôi tưởng tượng ra hình ảnh một người đang ở trong hoàn cảnh thiếu thốn, cầu nguyện và sau đó tình cờ nhặt được số tiền này.

Mới đi được mấy bước, đột nhiên Chúa lại phán trong tâm trí tôi *"Con hãy quay lại và nhặt số tiền ấy đi, Loren".* Tôi cố gắng làm ngơ, dường như tiếng tiếng nói đó xuất phát từ trong lòng của tôi. Tuy nhiên cảm giác nôn nóng cứ lớn dần và cuối cùng tôi đành quay lại, quỳ xuống mò mẫm nhặt từng tờ bạc, đồng xu mà tôi đã ném rải rác xuống trước đó. Rồi tôi đứng dậy, chậm rãi quay về khu cắm trại với thái độ thất vọng. Khi đến nên sáng sủa trong trại, một bóng người bước lại gần tôi. Tôi nhận ra khuôn mặt quen thuộc và mái tóc đen thưa của một thiếu niên mà tôi đã tâm sự, khuyên dạy buổi chiều hôm đó. Tôi cũng biết em đang nghiện ma túy. Rồi tiếng Chúa lại vang lên: *"Con hãy đưa cho em ấy tất cả món tiền của con đi".*

Tôi mặc cả với Chúa trong một thời gian đủ cho em thiếu niên đi ngang qua tôi rồi biến mất trong bóng đêm. Tôi nói với Chúa rằng em ấy là người không thể tin cậy được, rằng không chừng em em sẽ dùng số tiền ấy để mua ma túy, rằng bây giờ em đã đi mất rồi, tôi không biết em đã về phòng rồi hay đi ra ngoài, tôi biết kiếm em ở đâu đây. rồi tôi tiếp tục bước đi.

Nhưng Chúa không hề quên mệnh lệnh của Ngài "Được rồi, thưa Chúa – tôi thở dài. Nếu đây là ý của Chúa thì xin Chúa cho con gặp lại đúng em thiếu niên đó một lần nữa khi con đi vòng quanh ngôi nhà này".

Tôi vòng lại, bước dọc theo bức tường xây bằng gạch cà suýt đụng vô người mà tôi thưa với Chúa. Cuối cùng tôi đã vâng phục Chúa và trao cho em tất cả số tiền tôi có trong tay. Dưới ngọn đèn lờ mờ ở góc nhà, tôi quan sát em thổn thức khóc cùng với sự kinh ngạc.

"Em vừa mới thưa với Chúa rằng em se đi đến trại cai nghiện của Hội thánh nếu như Chúa cung cấp cho em một ít tiền. Em cũng có một ít nhu cầu chẳng đang bao nhiêu . . ." Em nói nhỏ nhẹ, mấy ngón tay mân mê những tờ bạc, đồng xu tôi vừa trao cho em. "Bây giờ em đã có đủ để đi đến đó". Rồi em mỉm cười, bắt tay tôi và bỏ đi.

Tôi vẫn còn đứng trơ trơ như trời trồng với sự hổ thẹn khó tả. Trong khi đã sẵn lòng ném tiền xuống đất và bỏ đi, tôi lại khư khư giữ chặt nó, mặc cả với Chúa trong việc đầu tư nó vào cuộc đời của một em thiếu niên.

Chúng ta đang có gì trong ví của mình? Chúng ta có sẵn lòng nghe Chúa phán về cách Ngài muốn sử dụng nó không? Phải chăng chúng ta vui lòng để Chúa làm chủ bản thân và túi tiền của mình hay là chúng ta đang giữ nó lại như việc tôi đã làm trong đêm nọ ở New Zealand?

Những người vui lòng chia sẻ dâng hiến một cách rộng rãi sẽ

có được đặc ân chứng kiến phép lạ của Chúa trong sự gia tăng các tài nguyên cho công tác truyền giáo trên khắp thế gian.

————————

Hướng dẫn nghiên cứu

Thảo luận chung

1. Tiền bạc là món quà hay rủa sả?
2. Hai câu Kinh Thánh chỉ về quyền sở hữu theo Kinh Thánh là gì?
3. Đề tài thường thấy nhất trong bài giảng và lời dạy dỗ của Chúa Jêsus là gì?
4. Hãy cho biết vì sao Loren nghĩ người nghèo bị cám dỗ tiền bạc hơn người giàu. Theo ông, người giàu bị cám dỗ gì nhất?

Áp dụng cá nhân

1. Theo bạn, tiên tri Ê-sai cảm thấy thế nào khi yêu cầu người mẹ đơn thân không xu dính túi đang rất đói cho ông miếng bánh cuối cùng?
2. Chúa Jêsus thấy gì trong lịch sử tiêu xài của bạn? Thói quen dâng hiến cho Chúa và công việc Chúa của bạn là gì?
3. Cám dỗ lớn nhất trong việc "không dâng hiến" của bạn là gì: tham lam, dâng để nhận; lợi dụng, dâng để điều khiển; kiêu ngạo, dâng để được công nhận; hay là mặc cảm, dâng thay việc Chúa làm?
4. Loren xác định động cơ dâng hiến đúng đắn là "để làm vui lòng Cha trên trời" – dâng "với tấm lòng trong sạch, làm

theo sự thôi thúc của Đức Thánh Linh". Bạn đã thấy Đức
Chúa Trời đáp lại sự dâng hiến theo Thánh Linh khi nào?

5. Như trong chương này đã nói, "Người nào sẵn lòng
dâng hiến khi Chúa hướng dẫn sẽ chứng kiến Đức
Chúa Trời nhân bội tài vật của họ để vươn khắp thế
giới". Trong ví của bạn có gì? Bạn có sẵn lòng làm
theo sự hướng dẫn của Chúa chăng? Nếu vậy, thì bạn
đang có một cuộc phiêu lưu.

5
TA LÀ ĐẤNG TỰ HỮU VÀ HẰNG HỮU

Bill McChesney, 28 tuổi là một giáo sĩ người Mỹ bị sát hại trong cuộc bạo động ở Congo năm 1964. Trước khi đến phục vụ Chúa tại Congo, anh có làm một bài thơ như sau:

Quyết Định Của Tôi.

Tôi muốn đủ ăn ngày ba bữa,
Tám giờ sáng: trứng rán, thịt đùi heo;
Một giờ trưa: bít tết trên lò lửa;
Sáu giờ tối: chả lụa bụng mừng reo.

Tôi muốn có một ngôi nhà lịch sự,
Trong mỗi căn phòng điện thoại reo;
Thảm mềm từ cửa đến giường ngủ,
Cửa sổ bốn hướng, có rèm treo.

Tôi muốn ngồi phòng khách ấm cúng,
Trên sa lông lót đệm và lò xo,

Trước mắt tôi: Ti vi nho nhỏ-
Tiêu khiển, giải trí tự liệu lo

Tủ quần áo đầy đồ lịch sự
Com-lê, áo vét hợp thời trang
Tôi thầm nói; mình con cái Chúa
Đáng hưởng điều tốt nhất thế gian

Rồi một hôm tôi nghe Chúa phán
Dịu dàng nhưng chắc chắn đáng tin
"Hãy theo Ta, môn đồ trung tín
Ta khiêm nhường, từ xứ Ga-lin"

"Chim có tổ và cáo có lỗ
Con Loài Người nào có chỗ gối đầu
Từ giàu sang Ta hạ mình chịu khổ
Lìa thiên đàng, phục vụ chúng sinh."

Tôi xấu hổ, gục đầu, thổn thức
Sao phụ lòng Đấng đã bị đóng đinh?
Sao nhẫn tâm tránh con đường thập tự?
Đêm không ngủ, cầu nguyện quên mình?

Bốn mươi ngày kiêng ăn, sa mạc
Bốn mươi đêm uống nước cầm hơi
Dù loài người khinh khi, từ chối
Chẳng nản lòng, đền tội cứu người.

Chúa, Đấng chịu phiền hà, đau đớn
Không bạn đời, không chỗ ủi an.
Đức Chúa Trời trên cây thập tự
Lần roi, rửa sả, huyết lan tràn

Nếu Chúa đã vì tôi chịu khổ
Tôi còn chi do dự đắn đo
Tiện nghi vật chất xin từ bỏ
Công việc nước Chúa lòng toan lo.

Vâng tôi sẽ theo đường Chúa bước.
Nào đâu cách khác đẹp lòng Ngài.
Từ nay sống hướng về phía trước
Cho ngày mai, vĩnh cửu tương lai.

Cũng như tôi, chúng ta đã sống tuổi ấu thơ bên cảnh cha mẹ, lớn lên trong quê hương xứ sở của mình. Lúc trưởng thành chúng ta đã xây dựng cho mình một hệ thống giá trị đạo đức, tôn giáo và lòng tự hào dân tộc. Chúng ta đã nghe nhiều câu chuyện về quá khứ của bản thân và đất nước. Mẹ của chúng ta có cách nấu nướng đặc biệt và chắc rằng đồ ăn mẹ nấu vẫn là những món mà chúng ta ưa thích cho đến ngày hôm nay. Cho dù chúng ta là người Mỹ, người Philippines, hay là người Thụy Sĩ, cho dù chúng ta sinh sống ở New York hay New Delhi... gia đình, xã hội, hàng xóm, đất nước, phong tục, tập quán, lịch sự . . . là những yếu tố góp phần xây dựng bản tính con người của mình.

Khi cần quần áo, chúng ta ra tiệm sắm một bộ theo sở thích. Sự lựa chọn tùy thuộc vào cách ăn diện của người khác mà chúng ta cảm thấy đẹp mắt. Nếu sống ở phương Tây, bộ y phục chúng ta sẽ mua chắc chắn giống như bộ mà có người mặc trên màn ảnh ti vi.

Nếu chúng ta sống trong một làng ở Malaysia, chắc chắn chúng ta sẽ quấn quanh người bằng một cái váy xà rông, nhuộm màu một cách thủ công. Bất cứ trong trường hợp nào, chúng ta luôn cảm thấy hạnh phúc, thỏa mãn nếu như mình được ăn. mặc theo cách mình ưa thích, sinh sống trong một kiểu nhà lý tưởng của chính mình và dạy con cái thực hiện điều mà chúng ta cảm thấy quan trọng nhất.

Ngày nay sự lựa chọn Hội thánh cũng mang tính chất cá nhân, phù hợp với giáo phái mà chúng ta từng sinh hoạt lâu năm, phù hợp với sở thích và kinh nghiệm thuộc linh cá nhân. Chúng ta có thể thích thờ phượng trong một ngôi nhà giản dị với những bài đoản ca vui, dễ hát và lời chia sẻ sâu sắc làm nước mắt tuôn tràn. Hoặc chúng ta có thể thích thờ phượng trong một thánh đường đồ sộ với cửa kính khảm màu và bộ đàn gió cao ngất. Có thể vị mục sư thường nhấn mạnh về sự toàn quyền của Chúa trên mọi tạo vật và chúng ta coi sự điều khiển của Chúa là khái niệm đem lại niềm an ủi cho bản thân. Hay ngược lại, chúng ta thích nghe giảng về quyền tự do của con người và trách nhiệm làm điều ngay thẳng của con người đối với Đức Chúa Trời.

Tất cả những điều này là thành phần của phong tục tập quán mà chúng ta được nuôi dưỡng, là những gia sản văn hóa mà chúng ta thừa kế, là truyền thống gia đình, trường và giáo phái của mình.

Chúng ta có quyền làm người Mỹ (hay Úc, Nga, Ba Tư). Chúng ta có quyền tự hào với nền văn hóa dân tộc và yêu mến tổ quốc của mình. Chúng ta có quyền làm hội viên của một Hội thánh thay giáo pháo thường nhấn mạnh những tín lý quan trọng đối với mình. Chúng ta có quyền ăn. mặc, đi, đứng, nói năng, cư xử theo cách chúng ta cảm thấy thoải mái cho bản thân và những người xung quanh.

Nhưng nếu mọi người theo đuổi quyền lợi cá nhân, *không đếm xỉa đến chương trình của Chúa dành cho cá nhân mình* thì một điều bất hạnh khủng khiếp ắt sẽ xảy ra cho nhân loại. Hàng trăm triệu người sẽ tiếp tục sống trong sự trống trải vô nghĩa, tuyệt vọng. Họ sẽ qua đời và sẽ bị trừng phạt vì tội lỗi của họ. Trong hỏa ngục họ sẽ vĩnh viễn cách ly với Chúa yêu thương. Chỉ cần chúng ta cứ an phận trong môi trường ấm cúng, bị tai không

nghe lời kêu gọi của Chúa "Ta sẽ sai ai đi và ai se đi cho chúng
ta?" Số phận của hàng tỉ linh hồn chưa biết Chúa kia kể như đã
được định đoạn.

Có một thanh niên đến tâm sự với ông William Booth, người
sáng lập Hội Cứu Thế Quân.

"Thưa ông, tôi chẳng biết phải làm gì đối với cuộc sống của
tôi, tôi chẳng bao giờ nhận được sự kêu gọi của Chúa."

Ông Booth nhún đôi vai vạm vỡ của mình và nhìn thẳng vào
mắt của chàng thanh niên, "ủa, anh chưa bao giờ *được* kêu gọi
à?" Rồi ông nhắc lại lần nữa "Phải anh thực sự chưa bao giờ *nghe*
thấy tiếng gọi của Chúa sao?"

Chúa Jêsus phán: "Hãy đi khắp thế gian giảng Tin Lành cho
mọi người" (Mác 16:15) và "Ta đã chọn và lập các ngươi, để các
ngươi đi và kết quả . . ." (Giăng 15:16).

Tôi tin rằng mỗi chúng ta đều ở vào một trong hai trường hợp:
"Nếu không là một giáo sĩ thì sẽ là người ở trong cánh đồng truyền
giáo; nếu không là giải pháp của Chúa cho thế gian thì sẽ là người
gây nan đề cho Ngài; Nếu không là tài nguyên, phương tiện quý
báu trong tay Ngài thì sẽ là con nợ của nước Trời".

Chúng ta có thể tự hỏi "Làm sao tôi có thể làm người truyền
giáo?" Trước hết xin chúng ta hãy làm sáng tỏ hình ảnh của một
giáo sĩ. Một giáo sĩ không chỉ là người đội chiếc mũ cối, đứng
dưới gốc cây giảng dạy cho thổ dân man di mọi rợ. Danh từ *"giáo
sĩ"* có nghĩa là "người được phái đi", Chúa Jêsus phán cho tất cả
chúng ta "Cha đã sai Ta thể nào, Ta cũng sai các ngươi thể ấy"
(Giăng 20:21). Điều ấy xác định mỗi chúng ta là một giáo sĩ , bất kể
địa dư mình sinh sống, phục vụ . . .

Nếu bước đi trong ý chỉ của Chúa, chúng ta sẽ đóng vai trò
giáo sĩ trong công việc mình làm, dù đó là đồng ruộng, công sở
hay trường học. Nếu chúng ta trốn tránh trách nhiệm truyền giáo
trong công việc của mình, chúng ta trở nên một trong những
người thắp đèn rồi lấy thùng úp lại – thùng ở đây mang ý nghĩa sự

dư dật về vật chất. Chúng ta sống ở khu phố, làng xóm với tư cách nhân chứng cho Chúa, nếu không làm tròn trách nhiệm ấy, chúng ta giống như những người thắp đèn rồi đặt dưới gầm giường – giường ở đây tượng trưng cho cuộc sống dễ dãi, an nhàn.

Nếu chúng ta đang trong tuổi học trò, Chúa muốn chúng ta làm giáo sĩ ngay trong lớp học, trường sở của mình. Trong Kinh Thánh có câu "Có một người được Đức Chúa Trời sai đến, tên là Giăng" (Giăng 1:6). Ngay bây giờ xin chúng ta hãy đọc to câu Kinh Thánh này, đồng thời thay thế tên Giăng bằng chính tên của mình *"Có một người được Đức Chúa Trời sai đến tên là . . ."*

Tiếp đó chúng ta hỏi Chúa có phải chúng ta đang phục vụ Chúa ở trong nơi Ngài muốn không. Hãy cẩn thận đừng tự đánh lừa mình rằng Ngài muốn chúng ta cứ ở mãi nơi đang ở.

Một vài năm trước đây, tôi kết bạn với một nhạc sĩ trẻ tên là Keith Green. Tôi rất lấy làm cảm phục tấm lòng đầy nhiệt thành của Chúa cho anh. Giống như một chiếc lò xo bị nén, anh sẵn sàng nhảy và bất cứ sự mạo hiểm nào mà anh tin đó là ý Chúa. tuy nhiên Keith luôn bày tỏ tấm lòng khiêm nhường và chịu khó học hỏi kinh nghiệm của tôi, bởi tôi đã tham gia công tác truyền giáo lâu dài hơn. Anh thể hiện tấm lòng khao khát được biết Chúa như đất khô mong chờ nước vậy.

Năm 1982, sau khi cùng vợ tham gia đoàn truyền giáo ngắn hạn, anh trở về với sự nóng cho công việc đem Phúc Âm đến hàng tỉ người trên thế gian đang bị hư mất vì chưa được biết đến Danh Chúa Jêsus.

Một buổi sáng mát mẻ nọ, hai gia đình chúng tôi họp mặt tại căn nhà nghỉ mát của một người bạn trên bờ biển tiểu bang California, trong khi Karen, David trong độ tuổi thiếu niên đang chơi ngoài sân với Bethany, Josiah, hai đứa con mới lên hai, ba tuổi của Keith và Melody, chúng tôi ngồi trên sàn nhà tâm sự về công tác truyền giáo. Nguyện vọng tha thiết của Keith là một buổi hòa nhạc sắp tới anh sẽ cố gắng hết sức mình để cổ động hàng ngàn thanh niên đáp ứng tiếng gọi của Chúa.

Rồi chúng tôi bắt đầu tha thiết cầu nguyện. Keith nằm sắp trên tấm thảm, hết lòng cầu thay cho những linh hồn đang hư mất. Chúng tôi xin Chúa Jêsus kêu gọi một trăm ngàn thanh niên từ Hoa Kỳ đi ra làm giáo sĩ – đặc biệt những người trong lứa tuổi mười tám, đôi mươi. Chúng tôi hứa nguyện với Chúa và với nhau rằng sẽ làm bất cứ việc gì trong khả năng của mình để đạt được mục tiêu ấy.

Hai tuần sau, trong khi đang tham gia chiến dịch truyền giáo ở Nhật Bản, tôi được tin chiếc máy bay của Keith bị rớt ở tiểu bang Taxas, Keith qua đời cùng với hai con của mình và chín người khác. lập tức trí óc tôi hồi tưởng lại buổi cầu nguyện cuối cùng của chúng tôi xin Chúa dưng lên những giáo sĩ trẻ. Sau đó, khi tôi nhóm lại cùng với nhân viên trong hội truyền giáo, một câu Kinh Thánh ấn chứng mạnh mẽ trong tôi rằng một hạt thóc rơi xuống đất và chết đi sẽ mọc lên cây lúa nặng trĩu hàng trăm hạt thóc chín vàng trong mùa gặt..

Mùa thu năm ấy, chúng tôi tiếp tục những buổi hòa nhạc cổ động truyền giáo, mặc dù Keith đã về với Chúa. qua cuốn băng video, hàng ngàn người đả coi lại hình ảnh của Keith và sứ điệp của anh, kêu gọi thanh niên hãy hy sinh tất cả và ra đi. Anh nói:

"Nếu thế gian chưa được cứu, điều đó không phải là lỗi của Chúa, nếu có ai bị hư mất, điều đó không phải ý muốn của Chúa. Có một mạng lịnh trong Kinh Thánh nói rằng: 'hãy đi khắp thế gian giảng Tin Lành cho mọi người.' Chúng ta thích nghĩ rằng mạng lịnh này dành cho các sứ đồ, cho các giáo sĩ chuyên nghiệp, cho những người đàn bà quá tuổi lấy chồng muốn chôn vùi mọi điều phiền muộn của mình trong môi trường truyền giáo, hay cho những người thiện nguyện nhân đạo, hay cho những

Cơ Đốc nhân siêu đẳng thuộc linh đến nỗi không thể sống được trong xã hội này nên phải vượt biển đi truyền giáo...

Thế gian chưa được chinh phục cho Chúa bởi chúng ta không hành động. Đây là lỗi riêng của chúng ta. Không có một quốc gia nào trên thế gian đã được truyền giảng nhiều như nước Mỹ chúng ta. Bạn không cần chờ đợi được kêu gọi, bởi chính bạn đã được kêu gọi rồi. nếu bạn quyết định ở lại bạn hãy sẵn sàng thưa với Chúa "Chính Ngài gọi con ở lại quê nhà; nếu không chắc chắn sự kêu gọi ở lại, hiển nhiên bạn đã được kêu gọi để ra đi".

Sứ điệp mạnh mẽ quá, nhưng liệu có thực hữu không?

Trên thế giới chỉ có 250 ngàn giáo sĩ Tin Lành và Công Giáo đang cố gắng mang Phúc Âm tới những người chưa được biết Danh Chúa. Ngược lại hãng Avon có 1,2 triệu nhân viên đại lý buôn bán đồ dùng gia đình. Chúng tôi đã từng đến thăm những bản làng hẻo lánh với tư cách là *nhân chứng đầu tiên* của đạo Chúa, nhưng ở đó nước ngọt Coca-Cola, hay máy bay Singger đã tới trước chúng tôi nhiều năm rồi.

Phải chăng đây là ý muốn của Chúa để cho nhiều người chưa được nghe Đạo Chúa? Phải chăng đây là cách làm việc của Chúa? Phải chăng Chúa kêu gọi 94% giáo sĩ chuyên nghiệp để đi chính phục 9% trên tổng dân số thế giới (là những người ở trong thế giới nói được tiếng Anh)? Phải chăng Chúa đầu tư 92% nguồn tài chính của Cơ Đốc nhân dành cho công cuộc truyền giáo, để sử dụng truyền giảng Phúc Âm ở Hoa Kỳ là nơi dân số chỉ chiếm có 8% trên tổng số dân thế giới, là nơi đã được nghe đi nghe lại không biết bao nhiêu lần về danh Chúa?

Ngay cả ở Bắc Mỹ, vẫn còn đó những khu bực đầy sự tối tăm về thuộc linh. Phần lớn nhân lực và tài chính thì được sử dụng nhiều ở nơi Cơ Đốc nhân sống tập trung cao giống như ở trong những thành phố của nước Mỹ, là nơi có ít chứng nhân về Chúa hơn là những cánh đồng truyền giáo.

Chúng ta đã thấy sự mất cân đối chăng? Tôi hết sức đồng ý với Keith rằng đây không phải là lỗi tại Chúa. Chính chúng ta không sẵn sàng đáp ứng lời kêu gọi của Chúa và nói "Con đây, xin Chúa phái con đi . . . bất cứ nơi nào!" Chúng ta chưa sẵn sàng từ bỏ quyền sinh sống ở trên quê hương mình.

Áp-ra-ham từ bỏ quyền lợi sinh sống nơi quê hương của mình khi Chúa kê gọi ông, Áp-ra-ham có công ăn việc làm tốt lành bên cạnh cha mình. Chúa phán ông thu dọn, gói ghém đồ đạt chuẩn bị đi đến một vùng đất mới.

"Đi đâu thưa Chúa?" Áp-ra-ham lễ phép hỏi, và Chúa trả lời "Ta sẽ cho con biết trên đường đi".

Niềm tin của Áp-ra-ham bị thách thức cách khắc nghiệt, ông phải chia tay với bạn bè mà không thể cho họ biết mình sẽ đi đâu. À, hình như cha của Áp-ra-ham làm nghề chạm tượng bán cho người ta thờ lạy, phỏng theo lời truyền khẩu của người Do Thái. Cũng như mọi chàng trai đương thời phải làm nghề theo truyền thống của gia đình, vậy Áp-ra-ham có thể từ chối lời kêu gọi của Chúa và tiếp tục đẽo gọt hình tượng.

Phải chăng chúng ta đang từ chối Chúa? Hay khất lần lần, trì hoãn việc Chúa kêu gọi mình. Chúng ta hãy tra xét tấm lòng xem mình có đang ở trong nghề đẽo gọt hình tượng hay không?

Gọt đẽo hình tượng trong thế giới vật chất không phải là khó. Hình tượng có thể là y phục lịch sự, nhà cửa sang trọng, sắc đẹp cá nhân, sự thanh nhàn và thú tiêu khiển . . . Nếu không cẩn thận, tất cả những món quà tốt lành Chúa ban sẽ trở nên những ông thần nho nhỏ trong cuộc sống của chúng ta.

Paul Rader là một cầu thủ bóng bầu dục sống đầu thế kỷ 20. Ông trở nên một nhân vật nổi tiếng trong giới thương mại tài chính thế giới khi ông nắm quyền Giám đốc trong Công ty Dịch vụ Dầu khí Thành phố. Ông tin Chúa và đầu phục Ngài trong chức vụ truyền giảng với tư cách là mục sư tại thành phố Pittsburgh. Chắc ông sẽ phẫn nộ khi có người nhắc rằng ông vẫn còn hình tượng trong cuộc sống của mình.

Một tuần kia, có diễn giả đến thăm Hội thánh, Paul liếc mắt nhìn vị giáo sĩ này rồi lắc đầu một cách khinh khi. Ông ấy mặc một bộ y phục bằng lụa màu nâu nhàu nát. Ông ấy có giọng nói thỏ thẻ và thân hình yếu đuối *'chẳng ra dáng đàn ông chút nào'* Paul thầm nghĩ. Khi vị giáo sĩ nói chuyện về công tác truyền giáo của ông ở Trung Hoa, nhiều lần ông phải dùng khăn tay chùi bọt mép.

Sau giờ nhóm, Paul đến gần vị giáo sĩ và thách thức "Nầy ông, sao ông có vẻ ẻo lả yếu đuối vậy? Ông gọi mình là tôi tớ Đức Chúa Trời mà ăn mặc, nói năng theo ách như vậy. Tôi nghĩ rằng ông không thể là một giáo sĩ."

Vị giáo sĩ kiên nhẫn trả lời: "Tôi xin lỗi về bộ quần áo này. Sau 25 năm truyền giáo ở Trung Hoa, tất cả âu phục của tôi đã rách nát từ lâu. Con cái Chúa trong xóm phải quyên góp mua mảnh lụa này để may quần áo cho tôi, họ không có máy may nên họ phải may bằng tay đấy."

Nói đoạn, ông đưa khăn lên chùi mẹp, Paul tỏ vẻ ghê tởm lên mặt. Vị giáo sĩ tiếp tục "Còn giọng nói của tôi . . . tôi thường truyền giảng ngoài đường phố và bị người ta đánh đập nhiều lần. Một lần, bọn lưu manh thay nhau đấm đá tôi, rồi một tên đạp vô cổ tôi . . . thanh quản tôi bị tổn thương vĩnh viễn, thêm vào đó tôi không còn tự chủ về tuyến nước bọt nữa".

Paul xấu hổ, lúng túng xin lỗi rồi vội vã lui ra. Ông tìm nơi vắng vẻ dưới tầng hầm của nhà thờ, nằm sấp mặt trên đống than đá, khóc lóc xin Chúa tha thứ thái độ của mình và hứa nguyện sẽ phục vụ Chúa như vị giáo sĩ đáng kính kia.

Từ đó, Paul Raders trở nên một người với tấm lòng giáo sĩ. Với tư cách là mục sư Hội thánh và lãnh đạo của Giáo phái Phúc Âm Liên Hiệp, ông đã ảnh hưởng hàng ngàn thanh niên nam nữ đang đi truyền bá đạo Chúa.

Bên cạnh sự sẵn lòng ra đi, Chúa đòi hỏi chúng ta vui vẻ tiếp nhận sự uốn nắn để Chúa sử dụng chúng ta trong hình thức Ngài muốn. Chúa Jêsus chẳng hứa tiện nghi, nhà cửa, y phục tân thời. Chiến sĩ của Ngài thường thiếu giường êm nệm ấm, nhiều khi họ chẳng có một miếng ván nằm tạm. Trong Hội Truyền giáo mà tôi tham gia, hàng ngàn thanh niên phải ngủ trên võng hoặc đệm thổi lên bằng vải bạt dã chiến, băng mình qua rừng rậm núi cao, tìm kiếm các bộ lạc nguyên thủy để giới thiệu về Chúa Jêsus cho họ.

Một trong những thanh niên như vậy là Braulia Piberio mới 25 tuổi, cô gái nhí nhảnh này chẳng ra dáng bên ngoài như một dũng sĩ can đảm, tuy nhiên cô thực sự là anh hùng đáng noi gương.

Braulia được lớn lên trong một gia đình trung lưu nước Brazil. Từ năm 1983 cô trở nên giáo sĩ trong YWAM phục vụ người thiểu số da đỏ xứ Amazon. Khi Braulia cùng đồng đội rời Trung tâm Truyền giáo đi lên miền thượng du, họ phải ngồi ca nô hằng tuần lễ, chèo thuyền độc mộc trong lạch hẻm, rồi cuốc bộ băng rừng rậm tới những bộ lạc mà từ trước đến nay chưa bao giờ có người miền xuôi lên thăm viếng. Hoàn toàn không có phương tiện kiên lạc với thế giới bên ngoài, họ cắm trại và bắt đầu kiên nhẫn học cách thông ngôn với những người da đỏ.

Cũng như các giáo sĩ người Brazil trong hội, qua nhiều năm Braulia chỉ có 50 đô-la phụ cấp cho giáo sĩ hàng tháng do bạn bè quyên góp. Tuy nhiên họ xoay sở đủ sống và thực hiện tích cực công tác truyền giáo. Khi ở rừng rú xa xôi, họ phải săn bắn, đánh cá hoặc nhận quà từ những người da đỏ, nhiều khi đó là thịt khỉ nướng, thịt chuột hoặc rắn . . . họ ngủ chung trong những lều cỏ của người da đỏ, không có sự kín đáo cá nhân hoặc tiện nghi tối thiểu. Thực tế ở Amazon khi họ cò gáy là khí hậu ẩm ướt ngày và đêm, đầy dẫy đĩa, muỗi, rắn độc và bò cạp..

Sự nguy hiểm đến tính mạng thường xuyên xảy ra ở xú này, đặc biệt khi chúng ta tiếp xúc lần đầu tiên với một nhóm người da đỏ. Những người ở miền xuôi bị giết bởi thổ dân không phải là chuyện hiếm có.

Brailia cùng đồng đội của mình cố gắng quên đi nỗi lo sợ khi họ đi thăm nhóm người Zuiruaha lần đầu tiên. Theo sự chỉ dẫn của người da đỏ khác, họ lần mò đến vùng mà những người Zuiruaha có thể lai vãng.

Giữa bụi cây rậm rạp, đột nhiên họ bị bao vây bởi những người đàn ông hình dáng dễ sợ. Những thân hình da đỏ trần truyền được trang trí bằng một chất nhuộm màu đỏ đang cầm cung với những mũi tên nhọn hoắt mà Braulia nghĩ rằng đầu mũi tên chứa đầy thuốc độc. Braulia đưa tay ra hiệu bày tỏ thiện chí của các cô nhưng người của bộ lạc cứ tiếp tục đi lom khom vòng quanh các cô, mắt nhìn trừng trừng như sẵn sàng ra tay.

Rồi bất chợt, những người da đỏ này chộp lấy các cô, xé toang quần áo và bôi lên người các cô thứ thuốc nhuộm đỏ kia. Họ biết làm gì bây giờ? Liệu họ có bị giết không? Braulia cùng đồng đội của mình hoàn toàn lệ thuộc vào sự thương hại của nhóm người man rợ kia. Một cô gái trong đội bật khóc thút thít.

Nửa giờ sau, những người da đỏ trả lại quần áo cho các cô. Braulia hiểu ra rằng người Zuiruaha muốn chào mừng các cô và làm cho các cô trở nên thành viên của bộ lạc. Các cô được đưa vô làng và trung tâm truyền giáo cho người Zuiruaha được dựng lên trong rừng Amazon.

Lần thăm viếng thứ hai, Barulia và bạn gái tên là Huilda chia tay với người liên lạc ở mé rừng và bắt đầu cuốc bộ 24 tiếng đồng hồ để đến làng Zuiruaha. Người liên lạc cũng hứa quay trở lại sau 35 ngày để chuyển giao thư tín và tiếp tế đồ dùng.

Nhưng chỉ sau một tuần Hulda lên cơn sốt rét trầm trọng. Số thuốc men hạn chế các cô đem theo nay cũng đã hết. Họ không thể liên lạc với thế giới bên ngoài để kêu gọi sự can thiệp, bởi họ không bao giờ có đủ tiền để sắm một máy đàm thoại vô tuyến. Khi Hulda trở nên quá yếu, nằm liệt trên võng suốt 10 ngày,

Braulia hiểu rằng bạn mình sẽ chết nếu không có sự cứu trợ y tế kịp thời.

Braulia cùng vài người da đỏ đi xuyên qua rừng suốt một ngày một đêm bên bờ sông nơi người lên lạc bỏ các cô hôm trước. Cô sốt ruột đứng chờ bên mé nước, mắt nhìn dọc theo đoạn sông rộng và dài với hy vọng sớm phát hiện ra chiếc xuồng nhỏ. Đáng lý ra còn hai tuần nữa, đúng như đã hẹn thì người liên lạc sẽ quay lại tiếp tế cho các cô, nhưng Braulia hy vọng, rồi lại hy vọng nữa rằng sẽ có ai đó đang ngang qua đây.

Sau một ngày dài chờ đợi, những người da đỏ sốt ruột muốn quay trở lại bản làng. Braulia đứng tuyệt vọng bên bờ sông chẳng biết phải làm gì khi bạn cô đang chờ chết. Đột nhiên Chúa phán với cô: "Hãy trở lại đi. Ta sẽ lo cho Hulda".

Braulia treo vội tấm bảng viết tay bên cạnh bờ sông kêu gọi sự giúp đỡ cùng với sơ đồ chỉ đường, rồi cô quay lại làng của người Zuiruaha.

Lạ thay, Hulda đủ sức cầm cự thêm hai tuần rưỡi nữa. Người liên lạc quay lại đúng hẹn, tìm thấy bảng chỉ đường liền cuốc bộ đến làng và khiêng Hulda ra khỏi rừng trên đôi vai anh. Tuy nhiên họ phải chèo xuồng suốt mười bảy ngày nữa đến một thành phố nhỏ có bác sĩ. Hulda chịu đựng bệnh sốt rét hơn bốn mươi ngày, nhưng cuối cùng cô bình phục trở lại.

Trên đây chỉ là một trong những chuyện phiêu lưu mạo hiểm của họ. Gần đây Braulia đã lập gia đình và cùng chồng tiếp tục phục vụ người Zuiruaha. Họ đặt mục tiêu dịch Kinh Thánh ra tiếng Zuiruaha.

Những giáo sĩ ở vùng Amazon chỉ là điển hình của hàng ngàn thanh niên đang phục vụ trên khắp thế giới, trong những hoàn cảnh hết sức khác thường để công bố Phúc Âm. Chúng tôi có đội truyền giáo sống ở ngay bên mép của bãi rác khổng lồ ở thủ đô Manila, Philippines, phục vụ mười ngàn người bới rác kiếm sống. Những đội khác làm việc dưới làn đạn ở thủ đô Beirut, nước

Lebanon, hay ở biên giới Thái Lan, phục vụ những người tị nạn Đông Dương. Còn biết bao người lan lộn ở những nơi nguy hiểm và khó khăn khác. Nếu gặp họ, chúng ta chẳng thấy khuôn mặt của những thanh niên nam nữ rộn ràng vì cơ hội được phục vụ Chúa. Họ không quan tâm đến sức nóng của mặt trời nhiệt đới hay tầm vóc khác thường của sâu bọ. Họ chỉ quan tâm tới việc được Chúa sử dụng để thay đổi con người chung quanh một cách kỳ diệu. Giống như Chúa Jêsus, họ chỉ kiên nhẫn chịu đựng cuộc chạy đua vì phần thưởng cao quí hơn đặt ta trước mặt họ.

Vào đầu thế kỷ hai mươi này, người ta có đọc một bài quảng cao trên nhật báo London như sau: *"Cần một số đàn ông cho chuyến đi mạo hiểm. Lương ít, băng giá lạnh lẽo, bóng đêm bao phủ nhiều tháng, hiểm nghèo liên tục. Trở về an toàn là điều đáng nghi ngờ. danh giá và vinh dự nếu thành công."*

Bài quảng cáo được ông Ernest Sachleton, nhà thám hiểm Bắc Cực ký tên. Hàng ngàn người đáp ứng lời kêu gọi đó.

Tôi tin rằng có hàng ngàn thanh niên đang trông chờ một công việc nguy hiểm đủ sức thách đố họ từ bỏ tất cả mọi thú vui trên đời, chúng ta có thể là một trong số ấy. Phần thưởng là gì? Là cơ hội được góp phần mình trong cao điểm của cả lịch sử nhân loại đem Phúc Âm tới cho mọi cá nhân trên thế giới.

Từ bỏ quyền sinh sống êm ấm ở quê nhà chỉ là một trong những lĩnh vực dâng mình cho Chúa. Chúng ta có thể được gọi đến phục vụ nhóm người chẳng giống mình, với cách suy nghĩ hoàn toàn khác biệt. Nhiều khi điều đó còn khó nuốt hơn.

Chẳng có gì sai trật nếu chúng ta muốn tham gia một Hội thánh mà mình cảm thấy thoải mái nhất, nơi mà tất cả mọi người đều tin những điều mình tin. Giả sử Chúa gọi chúng ta đi làm việc với một nhóm người khác, với một nơi khác biệt trong quan điểm chính trị, hoặc tệ hơn, quan điểm tôn giáo . . . Biết làm sao bây giờ. Liệu chúng ta có thể tranh cãi để giữ mãi niềm tin trong sạch? Liệu chúng ta có thể cộng tác với những người có tin lý khác chúng ta hay không? Có phải chúng ta phải cảnh giác giữ mình khỏi tà giáo và thoái hóa niềm tin?

Tôi tin chắc sự phân biệt *thần linh* đằng sau mỗi vấn đề quan trọng hơn *sự khác biệt* trong *sự hiểu biết* vấn đề ấy. Thần linh của sự tà giáo là sự thêm thắt chân lý, còn thần linh của sự thoải mái là *sự cắt xén* sự thật.

Có mấy ai trong chúng ta hiểu *hết* sự thật? Có tin đồ nào dám đứng lên tuyên bố "Tôi biết rọ mọi sự"? Tất cả mọi người đều tin mình đang đứng giữa con đường của tín lý. Nhưng chúng ta không thể toàn hảo trong tri thức, chúng ta lớn dần trong sự hiểu biết, có ý nghĩa rằng không một ai tỏ tường hết mọi sự. Bởi vì chân lý là vô hạn, chúng ta là phàm nhân hữu hạn, mỗi cá nhân còn có một chặn đường rất xa để đi tới mục đích, còn có một lô kiến thức khổng lồ để học hỏi. Điều đó có nghĩa rằng mỗi chúng ta đều có thế nhầm lẫn trong bất cứ thời điểm hay hoàn cảnh nào.

Có nhiều điều chúng ta nghe từ buổi ấu thơ đã được chúng ta thêm thắt vào Lời Chúa một cách vô ý. Củng có nhiều khi chúng ta cắt xén chân lý bởi sự dốt nát của mình trong vài lĩnh vực. Nhưng chúng ta có phải là người tà giáo hay là thoái hóa niềm tin không?

Sự kiêu ngạo là tội lỗi thật sự đằng sau tà giáo và thoái hóa, dẫn đến sự thêm thắt và cắt xén Lời Chúa. Chúng ta phải cảnh giác với sự kiêu ngạo và liên tục thông công với Đức Thánh Linh là Thần Lẽ thật mà Cha ban để dẫn chúng ta vào mọi lẽ thật.

Tôi có dịp nghe bài nói chuyện trong băng cát-sét của mục sư Hội Báp-tít. Ổng kể lại chuyện Chúa gọi ông đi phục vụ trong vòng những người Công Giáo Nam Mỹ. Ông phản đối "Nhưng Chúa ơi làm sao con có thể cộng tác với họ, con không đồng ý với tất cả tín lý và công việc của họ". Chúa trả lời: "Ta làm việc cùng ngươi mặc dù Ta chẳng đồng ý với tất cả những gì ngươi làm và tin."

Hội thánh của Chúa cần có một mức độ khiêm nhường lớn hơn nếu như chúng ta mong muốn xích lại gần nhau trong tâm linh hiệp một và công tác trong trách nhiệm truyền giáo quốc tế.

Mỗi chúng ta cần phải nhận thức rằng "Tôi không thể thấu đáo hết chân lý, tôi chưa hiểu biết hết mọi điều".

Chúng ta có thấy không, ngay cả Chúa không thể giao phó toàn bộ chân lý cho bất cứ một cá nhân nào. Ngay đến Kinh Thánh cũng được viết bởi nhiều trước giả, qua nhiều giai đoạn và thời điểm khác nhau. Ngày hôm nay Chúa giao trách nhiệm phân tích và giải thích Kinh Thánh cho nhiều giáo sư và giáo phái khác nhau. Chỉ khi nào chúng ra sắp xếp lại các thành phần của tấm khảm và thừa nhận những người khác, khi ấy chúng ta mới chiêm ngưỡng được ý nghĩa, vẻ đẹp của bức tranh. Tôi không tin rằng chúng ta có thể hiểu hết bức tranh khi chưa lên đến thiên đàng. Vậy chúng ta phải làm gì từ nay cho đến ngày ấy?

Ông D.G Barnhouse là tiến sĩ thần học đáng kính trong giáo phái Trưởng Lão, đồng thời là chủ bút của tạp chí "Mặc Khải" và "Vĩnh Cửu". mặc dù ông cho rằng giáo phái Ngũ Tuần đang nằm trong sự sai lầm, trong thời gian cuối đời ông chấp nhận một tuần lễ phục vụ trong vòng tín hữu Ngũ Tuần. Sau đó ông tuyên bố "Tôi tìm thấy họ tin 95% giống như chúng ta tin, 2% trong sự sai trật và 3% trong sự tương đối. Tôi quyết định đặt sang bên cạnh 5% tất cả những khác biệt ấy để cộng tác với bất cứ người anh em nào trong Chúa".

Lời Chúa trong Ê-phê-sô đoạn 4 nhắc nhở chúng ta chăm chú bảo toàn sự hiệp một trong Thánh Linh cho đến ngày chúng ta cùng đạt đến sự hiệp một trong niềm tin. Chúng ta phải thống nhất với nhau trên những điều căn bản như: Thần Quyền và địa vị Chúa Tể của Đấng Christ, Kinh Thánh là Lời của Đức Chúa Trời, công cuộc cứu rỗi của Thập tự giá và một số giáo lý tiên quyết khác của niềm tin. Còn ở phần nào chúng ta không đồng ý, chúng ta phải giao phó cho Chúa và gìn giữ tấm lòng mình ngay thẳng. Trách nhiệm chúng ta là phải hết sức mình bảo vệ sự hiệp một. Đó cũng là Thần Linh của Chúa Jêsus trong Giăng 17.

Có phải Chúa Jêsus nói rằng: "Mọi người sẽ biết các ngươi là môn đồ Ta bởi các ngươi có cùng một tín lý" không? Không! Ngài nói rằng thế gian biết chúng ta thuộc về Ngài bởi chúng ta yêu mến anh em mình. Có thể chúng ta theo trường phái "Chia theo giai đoạn" hay các nhóm Ân Tứ, Calvin, Arminian . . . chúng ta đều có thể thông công với nhau trong khi dòng huyết của Chúa Jêsus xóa bôi tội lỗi của chúng ta.

Nếu tín lý của chúng ta cản trở mình với những người theo Chúa khác, tôi xin mạnh dạn tuyên bố rằng tín lý đó đã trở nên thần tượng và cuối cùng sẽ bị gục đổ. Thực ra mọi tín lý đều do con người tạo ra, trừ khi chúng ta hành động giống như ông Anh-rê, tác giả của cuốn sách *Kẻ đi chui của Chúa* khi người ta đòi xem tín lý của ông, ông gởi lại cho họ một cuốn Kinh Thánh.

Chúng ta phụ thuộc lẫn nhau một cách rất thực hữu. Sự hỗ tương này phải đi qua thái độ đồng tình trong trái tim, vươn tới sự cộng tác thực tế nếu như Hội thánh của Chúa muốn làm tròn sứ mạng truyền giảng Phúc Âm. Chúng ta phải truyền thông lẫn nhau, bổ sung cho nhau trong hết khả năng của mình và tránh lập lại công việc một cách không cần thiết.

Trách nhiệm truyền giáo còn lớn lắm, vậy chúng ta phải tìm ra một phương cách hành động nhằm tránh va chạm với những người khác trong chương trình của Chúa. Đức Thánh Linh đang vận hành một cách mạnh mẽ trên nhiều người từ những nền tảng giáo phái khác nhau. mặc dù họ không đứng chung với chúng ta trong một tổ chức, nhưng họ đứng chung với chúng ta một cách giản đơn, trong Chúa Jêsus. Đây là quá trình pha trộn của Chúa. Nếu chúng ta không tham gia được chương trình ấy, xin chúng ta hãy từ bỏ một số quyền hành động theo đường lối cá nhân và từ bỏ thói quen phán xét người khác. Chúng ta có thể phải từ bỏ quyền chứng minh cho người khác sự đúng đắn của mình.

Trong Chiến tranh Thế giới 2, hàng ngàn Cơ Đốc nhân phải chịu đựng bắt bớ trong những nhà tù, trại tập trung của Hít-le. Có một người Đức tên là Martin Nieomuller bị giam trong một xà lim biệt lập. Nhân ngày Giáng Sinh, người ta ném ông vô một xà lim khác với ba tín hữu, người thứ nhất thuộc Hội thánh "Ngũ Tuần", người thứ hai thuộc Hội thánh "Giám Lý", người thứ ba thuộc Hội thánh "Đội Cứu Thế Quân", còn bản thân Martin thuộc Hội thánh "Tin Lành Tự Do Đức".

Họ tìm thấy một mãnh gỗ còn sót lại từ cánh cửa bị cháy và đặt nó giữa phòng làm bàn ăn. Với mẩu bánh mì đan và ít nước trong khẩu phần lương thực, họ cùng nhau dự lễ tiệc thánh. Sau này Martin kể lại rằng: "Khi quì gối trước mặt Chúa trên sàn đá lạnh lẽo, mọi khác biệt về giáo lý giữa chúng tôi đều theo nhau biến mất."

Hội thánh của Chúa không phải là nhà tù, nhưng là nơi thông công của những người đã tìm thấy tự do thật trong Chúa Jêsus Christ. Khi bước đi trong sự tự do thật, chúng ta thấy Chúa đang kêu gọi bỏ lại tất cả mọi sự, kể cả những ân huệ tốt lành Chúa đã ban, hầu nhận được những gì cao giá hơn cho như cơ hội được phục vụ trong Sứ Mạng Truyền giáo trọng đại và sự hiệp một với những người – dù khác biệt trong tín lý – nhưng hết lòng yêu mến Chúa Jêsus như chính chúng ta vậy.

Phải chăng Chúa đang kêu gọi chúng ta bước đi trong khuôn mẫu tự do thật này?

Hướng dẫn nghiên cứu

Thảo luận chung

1. Một người trẻ tuổi hỏi Tướng William Booth của Hội Cứu thế Quân phải làm gì với cuộc đời của mình vì anh ta chưa hề biết sự kêu gọi của Đức Chúa Trời.

Tướng Booth đáp rằng: "Ý em nói là chưa bao giờ *nghe* Chúa gọi sao!" Ý ông nói là gì?

2. Khi giáo sĩ người Brazil tên là Braulia Ribeiro dẫn một đội nữ vào rừng mưa nhiệt đới Amazon gặp một bộ lạc mới, những người đại diện đầu tiên mà họ đã gặp có một cơ thể sơn toàn màu đỏ và họ còn mang theo cung tên nữa. Họ bắt những người đó, lột trần tất cả, rồi bắt đầu bôi lên người họ một màu đỏ giống như thế. Hành động này là gì?

3. Từ bỏ quyền thoải mái ở nhà rất là khó. Nhưng Loren quả quyết rằng làm việc "với những người khác mình, suy nghĩ khác mình . . . còn khó hơn". Ý ông là gì? Xem Ê-phê-sô 4:2-13.

Áp dụng cá nhân

1. Khi bạn đi xa nhà hay quê hương, bạn có cảm giác lạ lẫm không? Bạn nhớ gì nhất?

2. Braulia Ribeiro là giáo sĩ người Brazil đã giải nghĩa sai hành động của bộ lạc này. Hãy nhớ lại lần cuối cùng bạn đã hiểu sai lời lẽ hoặc hành động của ai đó là khi nào?

3. Loren tin rằng sự tự do là "phục vụ Đại Mạng Lịnh của Đấng Christ và hiệp một với những người khác mình". Bạn đã tách biệt với Cơ Đốc nhân nào, trong quá khứ hoặc hiện tại? Sự tách biệt này có đẹp lòng hay không đẹp lòng Đấng Christ? Tại sao?

4. Một trong mười người nói tiếng Anh trên đất này, thì có chín trong mười bài giảng là tiếng Anh và chín trong mười đô-la dâng hiến cho công tác truyền giáo ở Mỹ. Hãy xin Chúa bày tỏ với bạn làm sao để thay đổi sự mất cân bằng này.

6
KHÔNG VÌ DANH TIẾNG

Có thể dáng đứng vững chãi sau bục giảng hay cách phân giải Kinh Thánh với giọng nói Scotland của ông luôn in đậm trong trí nhớ người nghe. Mục sư Duncan Cambel đã về nước Chúa năm 1974, trước đó ông đã từng giảng dạy nhiều năm tại Trung Tâm Huấn Luyện Truyền Giáo của chúng tôi, khi còn làm Mục Sư, ông chứng kiến cơn phục hưng kiểu "Công vụ" trên một số hòn đảo nhỏ tại Hebrides – Scotland trong năm 1950. Ông kể cho chúng tôi nghe về những sự kiện siêu nhiên và sự hiện hữu bất thường của Chúa trong vòng những người mà ông đã chứng kiến làm tấm lòng chúng tôi nóng nảy muốn kinh nghiệm cơn phục hưng như thế trong thế hệ của mình.

Một trong những câu nói của vị mục sư tóc bạc này vẫn còn rung động trái tim tôi cho đến ngày hôm nay là "Tôi muốn danh mình được biết đến trên thiện đàng và được khiếp sợ dưới địa ngục".

Nhiều người trong chúng ta cũng cảm động trước lời nói ấy. Nhưng liệu chúng ta có chịu hy sinh danh tiếng của bản thân – một trong những món quà quí báu nhất Chúa ban, hầu cho ước muốn trở nên hiện thực hay không?

Danh tiếng, danh giá, danh dự hay thanh danh là những gì quí giá nhất trong quyền sở hữu cá nhân. Gần đây, sau một vụ kiện cáo lâu dài tốn kém, một cố vấn của tòa bạch ốc được minh oan. Ông than văn ở phòng họp báo "Làm sao tôi có thể lấy lại danh tiếng bây giờ?" Thường thường chúng ta chẳng nghĩ nhiều đến danh tiếng cho đến khi bị mất nó đi. Khi ấy chúng ta mới hiểu được "Danh tiếng còn tốt hơn tiền của nhiều" (Châm ngôn 22:1)

Nếu muốn tên tuổi mình được biết đến trên thiên đàng và được khiếp sợ dưới địa ngục, chúng ta phải sẵn sàng hy sinh danh tiếng trên mặt đất. Chúa Jêsus tình nguyện hạ thấp mình khi Ngài xuống thế gian, chịu đựng mọi giềm pha, rủa sả của con người để thực thi ý muốn của Đức Chúa Cha. Các tôi trai tớ gái của Chúa trong Kinh Thánh cũng hy sinh danh tiếng trong sự vâng phục Chúa. Chúng ta thử đặt mình trong hoàn cảnh Nô-ê, Giê-rê-mi, Mác hay Phao-lô . . . Xem họ có phải là những nhân vật được quần chúng ưa chuộng không?

Tất cả tôi trai, tớ gái của Đức Chúa Trời có tên trong các trang sách lịch sử đều phải chịu đựng những sự phỉ báng miệt thị. Ông John Wesley cùng em trai mình Charles Wesley được các nhà lịch sử hiện đại đánh giá cao về vai trò của họ trong sự ngăn cản của cuộc nội chiến đẫm máu ở nước Anh. Qua Lời Chúa họ đem lại hy vọng cho những thợ thuyền bị đè nén, áp bức trên đường phố, ngõ hẻm. Tuy nhiên, các vị lãnh đạo tôn giáo đương thời vu khống ông là tà giáo, nhiều lúc không cho phép ông vô nhà thờ. Họ tung tin đồn đại buộc ông về đủ thứ tội lỗi. Truyền đơn, sách báo nói xấu ông được in và lưu hành bởi những nhà lãnh đạo trong tôn giáo, chính trị, xã hội. Nhiều lần ông suýt chết bởi tay của những đám người kích động.

Wesley chấp nhận sự bắt bớ này như là một điều cố nhiên xảy ra cho tôi tớ Chúa, cũng như là một bằng chứng của sự vâng phục. Một ngày kia, ông ý thức được rằng suốt ba ngày qua ông không gặp một sự bắt bớ nào hết. Suốt ba ngày không còn một viên gạch hay một quả trứng ném vào ông. Wesley cảm thấy run sợ. Ông xuống ngựa và quì gối bên đường, hướng lòng về Chúa "Phải chăng con đã phạm tội, phải chăng con đã sa ngã, thoái hóa? Xin Chúa giúp con thấy được những gì con đã làm sai".

Một người đàn ông với dáng cục cằn đứng bên kia đường thoáng nghe lời cầu nguyện liền ngửng đầu lên và nhận ra Wesley "Ta sẽ cho thằng truyền đạo Giám Lý này biết tay!" – hắn nghiến răng nói rồi liệng một hòn gạch lớn tới Wesley. Hòn gạch vừa bay ngang qua tai, ông bèn nhảy cẫng lên và reo hò "Cám ơn Chúa, mọi điều vẫn bình thường, Ngài vẫn ở cùng với tôi".

Đã bao lâu rồi không có người liệng hòn gạch vào chúng ta? Nếu ai cũng ưa thích chúng ta, xin hãy tra xét lại bản thân xem mình có đang đi theo Chúa không?

Tôi không biết có ai đang phục vụ Chúa một cách hữu hiệu mà không phải trải qua giai đoạn đau đớn khi danh dự bản thân bị bôi nhọ. Tôi có dịp làm thân với một số vị lãnh đạo Cơ Đốc có tên tuổi, họ đều bị hiểu lầm, bị chế nhạo, bị phỉ báng bởi báo chí và giáo đoàn.

Corrie ten Boom là một phụ nữ Hà-lan lớn tuổi đã từng ngồi trong trại tập trung của Đức quốc xã vì che giấu người Do Thái ở châu Âu. Bà là bạn thân của chúng tôi và thường đến giảng dạy cho thanh niên trong khóa huấn luyện truyền giáo. Một ngày kia khi quyển sách "Nơi Ẩn Náu" của bà được xây dựng thành phim, tôi ngỏ lời khen "Này dì Corrie! Phải Chúa đang làm những công việc tuyệt vời qua cuốn sách và bộ phim của dì không?"

Corrie gật đầu đồng ý và trả lời với giọng êm dịu "Đúng vậy, Loren à! Tuy nhiên hàng ngày dì vẫn tự nhắc nhở mình là kẻ tù số 66730". Đó là số tù của bà trong trại tập trung Ravensbruck.

Corrie đã chiến thắng thử thách. Bà sẵn lòng làm kẻ vô danh khi phải đứng trần truồng trước những sĩ quan đức quốc xả, chờ đến lượt mình vô buồng tắm. Bà kể lại nỗi đau đớn của một người phụ nữ độc thân gần năm mươi tuổi không quần không áo trước ánh mắt giễu cợt tàn nhẫn của họ.

Trong giây phút đó, Chúa Jêsus nhắc nhở cho bà rằng chính Ngài cũng đã bị lõa lồ trên cây thập tự, để làm gương cho mọi người. Ai nhìn thấy Chúa đều khinh rẻ, miệt thị Ngài. Chúa đã hy sinh danh tiếng để cứu chuộc chúng ta.

Không phải tôi muốn nói rằng chúng ta phải tìm cách làm mất danh tiếng của mình. Chúng ta có thể làm điều đó một cách dễ dàng khi cướp một nhà băng. Vấn đề ở đây là khi chúng ta làm những việc công chính, chấp nhận mọi trách nhiệm cá nhân và vâng lời Chúa một cách trọn vẹn, chúng ta sẽ phải trải qua những giai đoạn bị người ta hiểu lầm và khinh rẻ. Tuy nhiên, có một điều tuyệt vời sẽ xảy ra: Danh tiếng duy nhất của chúng ta đang trở nên danh tiếng của Chúa.

Khi David Livingston đi truyền giáo ở Phi Châu. ông để lại ở Scotland một gia sản lớn sau nhiều năm hành nghề bác sĩ. Anh trai của ông chế nhạo: "Nếu mày muốn, mày có thể chôn vùi cuộc sống trong rừng rú cùng với bọn người man di mọi rợ. Còn ta, ta sẽ ở lại Anh Quốc và làm rạng rỡ danh ta".

Anh trai của David trở nên một bác sĩ có tên tuổi đương thời, tuy nhiên trong bộ sách bách khoa chỉ có một dòng nhắc đến ông với tư cách là anh trai của một giáo sĩ nổi tiếng. Còn về David Livingston có mười bốn phân đoạn mô tả sự nghiệp của ông. Khi ông chết, ông yêu cầu người ta chôn trái tim của ông ở Phi Châu. Lễ tang của ông được cử hành một cách trọng thể như lễ tang vua chúa và thi hài ông được đặt để ở Tu Viện Hoàng Gia Westminster Abbey.

Ngoài danh tiếng ra còn có những vấn đề khác mà Chúa muốn chúng ta thực hiện, có thể là những công việc hành động mà mọi người cho là ngớ ngẩn, rồ dại, phi lý . . .

Một vài năm trước đây, tôi được Chúa khích lệ không dùng đồng hồ báo thức nữa, nhưng cho phép Chúa đánh thức tôi bất cứ khi nào Ngài muốn thông công với tôi. Tôi thực hiện điều đó nhiều tháng và thành thói quen cho đến ngày hôm nay. Tôi thường thức dậy rất sớm với sự trông chờ được gần gũi với Chúa. đó không phải là điều thiệt thòi, đó là niềm vinh dự.

Có những giai đoạn Chúa yêu cầu chúng ta cầu nguyện qua đêm một cách riêng tư hoặc tập thể. Chúng ta phải tin cậy Chúa vì Chú biết chúng ta cần ngủ và không đòi hỏi một hình thức khổ hạnh ở chúng ta. Chính Chúa là Đấng sáng tạo cơ thể và phát minh ra giấc ngủ đầu tiên, nên Ngài sẽ bù lại sự nghỉ ngơi mà chúng ta hy sinh để thông công cùng Ngài.

Chúng ta có thể từ bỏ quyền ăn uống một thời gian khi Chúa muốn chúng ta kiêng ăn và cầu nguyện. Chúng ta có nhớ Lời Chúa phán cùng các môn đồ không? *"Khi các ngươi kiêng ăn, đừng làm bộ như người Pha-ri-si"* Ở đây Chúa nói *"khi"* chứ không nói *"nếu"* các ngươi kiêng ăn. Kiêng ăn là công việc của tất cả môn đồ mà Chúa chỉ dẫn họ thực hiện, mặc dù người khác cho rằng ấy là điều vô lý.

Bí quyết thành công trong sự từ bỏ các nhu cầu cá nhân là chúng ta vâng lời Chúa một cách vui vẻ, trông mong phước hạnh, sự thỏa mãn khi gần gũi với Chúa và thực hiện điều Chúa muốn. Chúng ta phải tránh sự hành hạ thân thể không cần thiết hay hình thức, luật lệ máy móc. Trải qua hàng ngàn năm, biết bao người tự xưng là "thánh nhân" cố gắng làm vui lòng Đức Chúa Trời một cách sai trai như từ bỏ sự vui thích, đánh đập cơ thể, nằm trên giường đầy đinh, thậm chí còn hạn chế hơi thở của mình nữa . . .

Hãy tưởng tượng mối quan hệ của chúng ta đối với Chúa như mối quan hệ đối với người phối ngẫu. Giả sử chúng ta thức dậy mỗi ngày, nhớ tới vợ mình với một lời than thở "ôi chết rồi. Lại một ngày nữa đến, tôi đã có vợ. Tôi lại phải hôn nàng và tử tế với nàng."

đó đâu phải là thái độ đúng. Tình yêu vợ chồng khiến cho mọi việc mình làm vì người phối ngẫu trở nên niềm vui. đối với Cơ đốc nhân, phước hạnh được ở trong sự hiện diện của Chúa còn lớn lao hơn tất cả những ưu quyền mình phải hy sinh.

Một trong những quyền sơ đẳng khác, đặc biệt đối với những Cơ đốc nhân Tây phương như tôi đây là quyền tự do. Tất cả mọi người đều có quyền tự do. Hầu hết những người phương Tây không bao giờ kinh nghiệm sự mất tự do. Tuy nhiên đó cũng là một trong những ưu quyền mình nên trao lại cho Chúa. Chỉ khi nào vâng lời Chúa chúng ta mới có sự tự do thật, mặc dù hành động ấy có thể gây nguy hiểm cho tính mạng. điều này có vẻ phi lý đối với những người chưa từng biết niềm vui của sự đầu phục Chúa.

Cách đây 25 năm, tại một nước Hồi Giáo, 250 sinh viên Cơ đốc nhiệt tâm nhóm lại trong một phòng tập thể thao chật chội và nóng bức. Nêu chúng tôi tiến hành những công việc mà tôi sắp sửa tuyên bố, tất cả mọi người đều sẽ bị bỏ tù trước khi mặt trời lặn.

Một vài cái quạt máy trên tường cố gắng lưu thông bầu không khí nóng ẩm, ngột ngạt trong phòng. Tôi mở cuốn Kinh Thánh, sách Mác 16:15 và bắt đầu nói chuyện.

"Luật pháp trong đất nước của các bạn không cho phép làm chứng cho người Hồi giáo. Các bạn có thể bị kết án năm năm tù cộng với 25 ngàn đô-la tiền phạt. Tuy nhiên khi Chúa sai chúng ta đi khắp thế gian truyền giảng Phúc âm, Ngài chẳng nhấn mạnh điều gì hơn".

Tôi nhìn xuống Darlene đang ngồi trên hàng ghế đầu cùng với một vài giáo sĩ nước ngoài. Chúng tôi vừa mới lập gia đình vẻn vẹn hai tháng. Trong một khoảnh khắc tôi hình dung nhà tôi đang ngồi tựa tường trong một xà lim ở Á Đông nhỏ xíu. Làm sao tôi nỡ lòng làm vậy. Một không khí im lặng bao phủ căn phòng.

"Nếu ai sẵn lòng đi ra làm chứng về Chúa cho tất cả những người nào mình gặp trên đường phố chiều hôm nay, mặc dù điều ấy có thể gây ra tù tội, xin hãy đứng lên".

Nụ cười nở ra trên vài khuôn mặt và ánh sáng bừng lên trong vài cặp mắt. Rồi tất cả mọi người cùng đứng dậy kể cả những giáo sĩ nước ngoài. Tôi nhắc lại cho mọi người cái giá có thể phải trả, nhưng tất cả mọi người vui lòng tiến ra những chiếc xe buýt đậu ngoài đường. Từng đôi, từng đôi một, chúng tôi đem Kinh Thánh và truyền đạo đơn đi phân phát khắp thành phố.

Tôi chẳng khuyên chúng ta làm điều này trong một đất nước không có tự do, trừ khi đây là việc Chúa phán cùng chúng ta. Tuy nhiên, hôm ấy chúng tôi chia sẻ cho tất cả những người chúng tôi gặp, kể cả những người Hồi Giáo mà chúng tôi nhận biết được bởi vòng khăn quấn quanh đầu họ. Chẳng ai trong chúng tôi tỏ vẻ lo lắng khi thực hiện những điều Chúa muốn.

Khi tất cả mọi người quay trở lại, chúng tôi nghe những lời chúng cá nhân và vui mừng khi thấy nhiều người tiếp nhận Chúa Jêsus. Chúng tôi cùng phát hiện ra rằng sứ điệp của Chúa và sự cáo trách lương tâm của đức Thánh Linh đối với người nghe chính là tấm bình phong bảo vệ chúng tôi khỏi sự bắt bớ. Một đôi bạn trẻ vô tình làm chứng cho một viên cảnh sát ngầm, chuyên lo theo dõi những người truyền giáo. Anh ta cho biết tông tích của mình sai khi nghe nói chuyện nhưng chẳng bắt giữ đôi bạn trẻ. Anh ta quá cảm động với Phúc Âm hơn là việc đem nộp họ cho chính quyền theo trách nhiệm của anh.

Câu chuyện trên xảy ra năm 1963. Từ đó đến nay có hàng ngàn thanh niên đã đến các nước như Liên xô, Mông Cổ, Trung Quốc . . . để chia sẻ niềm tin. Có nhiều người đã bị bắt rồi được thả ra. Có một nhân viên người Phi trong cơ quan tên là Salu daka Ndebele bị giam ở Mozambique sau khi chính quyền chuyển về tay những người khuynh tả năm 1975. Salu yêu cầu chúng tôi gởi thư cho anh để anh theo dõi công tác truyền giáo và cầu thay cho mọi người từ trong tù.

Trong khi tôi đang viết cuốn sách này, có một nhóm giáo sĩ đang phải ra toà và có thể bị giam nhiều năm vì chia sẻ niềm tin.

Một cô gái trong đoàn tên là Kimdra Bryan từ tiểu ban Texas vừa mới được thả ra sau khi bị du kích châu Phi bắt cóc ba tháng rưỡi. Một nhân viên khác người Thụy Sĩ cũng bị bắt cóc lần thứ hai bởi các phe phái quân sự Lebanon.

Tôi tin rằng Bắc Hàn, Tibet, Mông Cổ, Afghanistan, Ả-rập Sau-đi và nhiều nơi khác trên thế giới chưa được truyền giáo bởi chúng ta chưa sẵn lòng đầu phục quyền tự do của mình cho Chúa. Ông Anh-rê, tác giả cuốn sách *"Kẻ đi chui của Chúa"* nói rằng: "Không có một nơi nào trên thế giới thực sự đóng cửa đối với Phúc Âm, nếu như chúng ta sẵn lòng đi vô, dù có thể không được phép đi ra nữa".

Sứ đồ Phao-lô đã đầu phục quyền tự do của mình cho Chúa, nhờ vậy ông đã được Chúa sử dụng viết phần lớn sách Tân Ước trong những năm tháng lao tù. Sứ đồ Phao-lô biến mình trở nên kẻ đầy tớ của Chúa, dù thân xác ông ở trong hay ở ngoài bốn bức tường đá, ông luôn luôn là người thực sự tự do, không ai có thể chiếm đoạt được quyền tự do của ông ngay cả khi bị xích chân vào hai người lính gác tù khác. Chắc sứ đồ Phao-lô đã cầu nguyện trong lúc ấy - theo lời bình luận của ông Anh-rê "Cảm ơn Chúa đã cho con một 'Hội thánh' không ra về lúc mười hai giờ trưa. Sứ đồ Phao-lô tranh thủ cơ hội giảng đạo cho hai người lính gác ngục cho đến phiên họ đổi canh. Sau đó sứ đồ Phao-lô tiếp tục nói chuyện về Chúa cho hai anh lính gác tù mới. Trong trường hợp của sứ đồ Phao-lô, ai là người thực sự tự do và ai là kẻ tù tội?

Nhiều lần chúng ta nghe người ta nói rằng cánh cửa truyền giảng Phúc Âm nay đã bị đóng trên một phần ba thế giới. Luận điệu này đến từ đâu? Ai là người đóng cửa một phần ba kia? Có phải đây là sáng kiến của Chúa không? Có phải Chúa chỉ phán "Hãy đi truyền giảng những nơi nào có sự tự do về chính trị, những nơi nào luật pháp cho phép công bố Phúc Âm cho mọi người không?" Không đâu! Sự thực là ma quỷ muốn đóng cửa thế giới. Nếu nó đã làm cho chúng ta tin một quốc gia đã bị đóng cửa, đối với chúng ta chẳng còn có con đường nào đến được quốc gia đó nữa.

Những thành tích vĩ đại nhất trong lịch sử truyền giáo hiện đại vẫn thường xảy ra hàng ngày và xảy ra ở những nơi mà thế giới Tây Phương không hề biết đến. Tuy nhiên chúng đã được sao chép lại trong sổ sách của thiên đàng để một ngày kia chúng ta sẽ được nghe kể lại. Tôi có dịp gặp một mục sư người Nga tên Ean Poysty người chịu trách nhiệm truyền giảng trên đài phát thanh từ nước ngoài vào Liên Xô. Có người vào thăm Liên Xô rồi ra kể lại cho ông một câu chuyện như sau:

"Cách đây mười bốn năm có một mục sư bị kết án về tội giảng đạo. Khi đặt chân lên cửa nhà tù, ông ý thức được Chua đang ban cho ông một môi trường truyền giảng đặc biệt. Ông liền để ý tìm kiếm những phạm nhân phạm tội gian ác nhất ở nơi đó. Ở Liên Xô, người ta thường giam tù chính trị, tôn giáo và tù hình sự chung với nhau. Ông mục sư bắt đầu cầu nguyện và làm chứng cho một phạm nhân phạm tội giết người. Phạm nhân này vẫn hung bạo đến nỗi những cai tù không dám lại gần.

Trong tù người ta đòi hỏi phạm nhân phải làm việc mười hai giờ mỗi ngày. Vì biết rằng kẻ giết người kia chẳng có thể mở lòng tiếp nhận Phúc Âm nếu ông không kiên ăn và cầu nguyện. Vậy ông bắt đầu từ bỏ phần cơm tối nhỏ bé sau một ngày làm việc mệt nhọc. Và khi mọi người đã yên giấc, ông bò ra khỏi giường và quì gối trên sàn gỗ để cầu thay cho sự cứu rỗi của phạm nhân này.

Một ngày kia, trong khi đang cầu nguyện với dòng nước mắt tuôn tràn trên má, ông cảm thấy có ai đang vỗ nhẹ vào vai. Ông quay lại và thấy phạm nhân kia đang trừng trừng nhìn thẳng vào mặt ông và hỏi:

"Mày đang làm gì vậy?"

"Tôi đang cầu nguyện." Ông Mục sư trả lời.

"Cầu nguyện về điều gì?" Người ấy hỏi một cách cộc cằn.

"Tôi đang cầu nguyện cho anh." Ông mục sư vừa nói vừa lấy tay gạt dòng nước mắt.

Chẳng bao lâu sau phạm nhân này tiếp nhận Chúa Jêsus làm Cứu Chúa của đời mình. Tin về sự thay đổi đột ngột của anh ta lan rộng trong cả nhà lao. Viên cai ngục gọi ông mục sư lên văn phòng để tra hỏi những điều ông đã làm cho kẻ giết người nổi tiếng kia.

"Tôi chẳng làm gì cả, tôi chỉ cầu thay cho anh ta thôi, chính Chúa đã thay đổi anh ta." Ông mục sư khiêm tốn trả lời.

Viên cai ngục gặng hỏi tiếp "Làm gì có Chúa, ông thực sự đã làm gì cho hắn?"

Ông mục sư lại nhắc lại lời mình vừa nói.

Viên cai ngục lắc đầu "ta chẳng thích nghe những chuyện về Chúa. Tuy nhiên, ta sẽ cho ông làm những việc nhẹ nhàng hơn trong nhà ăn để ông có thời gian thay đổi những người khác như ông đã thay đổi anh chàng kia".

Đây là nhà tù tệ hại thứ nhì trong tất cả các nhà tù ở Liên Xô. Chẳng bao lâu nhiều người đã tiếp nhận Chúa Jêsus và bầu không khí trong nhà tù thay đổi một cách đang kinh ngạc.

Người ta chuyển ông mục sư này đến một nhà tù tệ hơn với một sự hứa hẹn rằng nếu ông làm thay đổi các tù nhân ở đây họ sẽ cho ông mãn hạn tù sớm.

Rồi một sự vận hành của Chúa bắt đầu ở nhà tù mới này. Ông mục sư đành phải viết một lá thư cho vợ mình, khẩn khoản xin bà thông cảm cho phép ông được tiếp tục ở tù. Ông đã từ chối sự phóng thích để phục vụ Chúa trong vòng các tù nhân.

Ông mục sư trên đã đầu phục quyền tự do của mình cho Chúa để đổi lại một ân huệ lớn lao lơn là được Chúa sử dung trong một cách đặc biệt phi thường.

Có người nói: *Nếu không phải trả giá thì Đạo Cơ Đốc chẳng có giá trị gì.*" Đúng vậy. Chính Chúa Jêsus tuyên bố rằng những ai vâng giữ Lời Chúa sẽ được Đức Chúa Trời yêu mến và sẽ chứng kiến những công việc kỳ diệu trong cuộc sống bên cạnh sự bắt bớ và gian khổ.

Trong suốt mười sáu năm công tác ở YWAM, chúng tôi chưa bao giờ bị mất một người, mặc dù hàng năm có hàng ngàn thanh niên ra đi truyền giáo trong những điều kiện vô cùng nguy hiểm.

Analee và Maria, hai cô gái Phần Lan đến sống trong một xóm nhỏ nước Zambian. Họ trải chiếc đệm dã chiến trên ổ rơm giữa sàn đất để ngủ. Suốt một tuần lễ, các cô hỏi nhau "bạn có nghe thấy gì không?"; "đừng sợ" cô kia trả lời rồi cả hai nhắm mắt. Cuối tuần họ quyết định dọn dẹp túp lều và phát hiện trong ổ rơm ngay dưới tấm đệm của họ có một ổ rắn hổ mang.

Một vài trường hợp khác, nhân viên của hội bị tai nạn xe cộ trầm trọng, có khi xe bị lật nhào giập nát nhưng không có một ai bị thương tích. Trên đảo Dài ở nước Bahamas, bộ phận thắng của xe buýt bị hỏng và chiếc xe văng ra khỏi xa lộ, đâm xuyên qua một bụi gai rồi dừng lại trước một gốc cây cổ thụ vài phân. Mọi người nhảy ra khỏi xe và thấy dưới gầm xe những dây leo từ bụi gai đã cuốn chặt vào trục bánh làm cho xe dừng lại trước khi lao vào góc cây kia.

Nhiều khi chúng tôi cần sự cứu trợ y tế. Trong mỗi trường hợp Chúa luôn dự bị sẵn một bác sĩ ở gần hoặc một phi công tình cờ hạ cánh trên vùng đất hoang vu và chuyên chở người bệnh đến nơi an toàn. Các nhân viên thường bị bắt bớ, giam cầm, nhưng suốt từ năm 1960 đến 1976 không có một ai bỏ mạng. Với một số lượng người tham gia công tác truyền giáo cỡ hàng chục ngàn như vậy chắc sớm muộn điều bất hạnh sẽ xảy ra. Tuyệt nhiên trong chúng tôi chẳng có ai chết cách tự nhiên hay tai nạn. Dường như chúng tôi đã sống một cuộc đời "có phép màu phù hộ" vậy.

Rồi năm 1976, Chúa trực tiếp phán với tôi rằng Ngài đã bảo vệ hội truyền giáo cách đặc biệt trong giai đoạn sơ khởi, từ nay trở đi chúng tôi sẽ chứng kiến sự mất mát nhiều hơn. Chúng tôi sẽ thấy một số người bị giết trực tiếp bởi sự làm chứng về Đạo Chúa.

Tôi chia sẻ sứ điệp này cho 1,600 hội viên đang tham gia công tác truyền giáo ở Thế Vận Hội quốc tế tại Montreal, Cannada vào tháng bảy năm ấy. Trong vòng sáu tháng, chúng tôi đã bị mất hai người. Tuy nhiên họ không phải là những nạn nhân cuối cùng. Tiếp sau đó, ba giáo sĩ của chúng tôi bị sát hại ở Phi-líp-pin và một số người bị chết vì bệnh tật ở Châu Phi. Ông có gì đau đớn hơn khi chúng tôi gọi điện thoại báo cho các bậc phụ huynh hoặc thân nhân của họ rằng con trai, con gái, cha hoặc mẹ của họ đã qua đời.

Chúa không bao giờ hứa hẹn rằng sẽ không có sự hy sinh tính mạng trong hàng ngũ của Ngài. Chua báo trước cho các môn đồ rằng họ có thể bị giết vì Chúa và đạo Chúa. Chúa nói rằng chẳng có tình yêu nào lớn hơn tình yêu của một người hy sinh vì người khác. Như hạt lúa rơi xuống đất, nẩy mầm và bội thu trong mùa thu hoạch. Chúa hứa rằng một người ngã xuống sẽ đem lại sự tái sinh của hàng trăm cuộc sống có tầm vóc như chính cuộc sống đã mất đi.

Trong thế kỷ này, có nhiều người đã hy sinh vì Đạo Chúa hơn tất cả các thế kỷ trước. Tiến sĩ David Berrett, một chuyên viên nghiên cứu truyền giáo khẳng định rằng trung bình mỗi năm có 330 ngàn Cơ Đốc nhân bị sát hại bởi niềm tin vòng quanh thế giới. Mặc dù 95% các trường hợp không được thông báo trên báo chí và đài phát thanh. Tiến sĩ Barrett cho biết cứ 200 mục sư giáo sĩ có một người bị giết trên địa bàn truyền giáo và hoàn cảnh ngày càng tệ hại hơn.

Đúng vậy, Phúc Âm sẽ được truyền giảng khắp mọi quốc gia rồi ngày tận thế sẽ đến – Lời Chúa phán vậy. Chúng ta sẽ chứng kiến nhiều trường hợp nguy hiểm hơn và nhiều người mất sinh mạng khi công bố Đạo Chúa ở những nơi có chính quyền thù nghịch tôn giáo, ở những miền đất tan hoang vì chiến tranh và bệnh tật, ở xứ đạo Hồi và những nơi người ta công khai chống lại quyền năng của Chúa Jêsus.

Reona Peterson và Evey Muggleton là hai cô gái trẻ sẵn lòng đầu phục Chúa, cho dù phải hy sinh tính mạng bản thân. Reona là giáo viên từ New Zealand. Còn Evey là nữ hộ sinh từ Anh Quốc. Họ làm quen với nhau ở trung tâm truyền giáo tại Thụy Sĩ, nơi đó họ cùng nhà với nhà tôi, Darlene và bốn người khác quan tâm một cách đặc biệt trong việc cầu nguyện cho đất nước Albania.

Chúng ta có biết Albania là một trong những quốc gia mà đạo Chúa khó xâm nhập nhất. Đây là quốc gia duy nhất từng chính thức tuyên bố mình là xứ sở vô thần. Chính phủ Albania vỗ ngực khoe khoang rằng họ đã loại bỏ tất cả các loại tôn giáo. Họ đóng cửa tất cả các nhà thờ và nhà hội, sát hại tất cả những ai bày tỏ niềm tin nơi Đức Chúa Trời. Năm 1969, một số Cơ Đốc nhân bị đóng hòm và liệng xuống biển Adriatic.

Sau vài tháng cầu nguyện, Reona và Evey tin rằng Chúa đang hướng dẫn họ đến thăm đất nước Albania. Họ ghi tên vào một đoàn du lịch duy nhất từ Phương Tây mà thành viên trong đoàn chủ yếu là những thanh niên khuynh tả. Trước khi đi, hai cô gái ghi lại Phúc Âm Giăng bằng tiếng Albania vào trong băng cát-sét và giấu trong người và những truyền đạo đơn. Sau khi đến nơi họ cẩn thận cầu nguyện và tìm sự hướng dẫn của Chúa trước khi trao băng cát-sét và văn phẩm một cách kín đáo cho người địa phương, hoặc để chúng lại ở những nơi dễ tìm.

Hành động của họ bị phát hiện và họ bị đưa đến phòng hỏi cung cách đặc biệt. Trước những lời đe dọa bỏ tù hoặc xử tử của nhân viên cảnh sát hành nghề trong các thủ đoạn gây sợ hãi cho người bị bắt, hai cô vẫn vững lòng trong sự bình an và yêu thương của Chúa. Thay vì nao núng tinh thần, các cô mạnh dạn làm chứng về Chúa cho những người đang bắt giữ họ.

Cuối cùng hai cô bị kết án về hành động chống lại chính phủ Albania và sẽ bị xử bắn vào chín giờ sáng hôm sau. Khi được đưa về phòng giam, Reona cảm thấy ân điển Chúa dự bị cho một người sắp tử vì Đạo thật kỳ diệu biết bao. Cô nằm xuống với tấm lòng đầy tràn sự bình an và vui thỏa trong đêm cuối cùng của cuộc đời trên mặt đất.

Sáng hôm sau, Reona cùng bạn mình bị đem ra biên giới và được phóng thích một cách không ngờ. Tuy nhiên trước đó những viên cảnh sát đã tước đi tất cả tiền bạc, hộ chiếu và vé khứ hồi của các cô. Qua nhiều sự kiện kỳ diệu xảy ra, các cô trở về nước Thụy Sĩ một cách an toàn. Câu chuyện của các cô được viết lại trong cuốn sách "Ngày mai các ngươi sẽ chết" của Reona.

Cuộc phiêu lưu của Reona và Evey kết thúc một cách tốt đẹp. Tuy nhiên hai cô sẵn sàng trao lại cho Chúa món quà quí báu nhất đó là "Quyền được sống" để đổi lấy niềm vinh dự được đem ánh sáng của Chúa vào một đất nước vô cùng tăm tối như Albania.

Có hai giáo sĩ khác, Mike và Janice Shelling không được giải cứu một cách 'may mắn' như vậy. Mike đến từ New Zealand, còn Janice đến từ Minnesota của nước Mỹ. Họ tìm hiểu nhau rồi lập gia đình trong khi tham gia công tác ở Philippines.

Mike và Janice sống trong vòng người Thượng với một con gái hai tuổi và con trai chưa đầy ba tháng của mình. Họ bắt đầu sứ mạng truyền giáo cho một bộ lạc gần đó.

Một đêm, cả hai bị sát hại tại nhà riêng. Sáng hôm sau những giáo sĩ trong đoàn tìm thấy xác họ nằm trong đống máu nhày nhụa. Đứa bé ba tháng tuổi vẫn nằm yên trong củi, còn đứa hai tuổi đang ngủ trên xác của Janice, có lẽ nó tìm thấy mẹ nó trên sàn nhà lúc tảng sáng. Nhà chức trách không tìm được thủ phạm, nhưng bằng chứng cho biết thủ phạm có thể là một trong những người ở bộ lạc mà họ đang tìm cách chia sẻ Phúc Âm.

Tôi nghe về Mike và Janice khi đang công tác ở New Zealand. Tất cả những gì trong tôi dường như sập xuống khi hình dung một em nhỏ lần mò tìm mẹ và nằm co quắp trên xác mẹ để ngủ. Tôi kêu góc cùng Chúa và được Chúa nhắc lại rằng sự bảo vệ đặc biệt cho hội truyền giáo trẻ đã bị cất đi như Ngài đã báo trước cách đây chín năm.

"Phải chăng tất cả mọi sự bảo vệ cho chúng con đã mất hết, thưa Chúa?" Tôi thốt lên.

Chỉ một vài ngày sau, câu trả lời đến một cách bất ngờ. Bảy nhân viên y tế trong hội truyền giáo chúng tôi đang ngồi trên xe đi đến trại tị nạn ở biên giới Thái Lan. Đột nhiên có mấy người du kích mặc đồ đen từ trong bụi cây nhảy ra trên đường với những khẩu súng liên thanh. Họ lầm tưởng phái đoàn là địch thủ của họ trong vùng tranh chấp biên giới nên xả đạn không thương tiếc vào chiếc xe hơi.

Các giáo sĩ nằm rạp xuống sàn xe trong khu từng chùm đạn bắn vỡ tung các cửa sổ và làm thủng sườn xe. Dường như những viên đạn đã bay theo hình chữ chi để tránh hành khách trong xe. Sau khi mọi sự đã trở nên yên tĩnh, họ bò ra khỏi xác xe và kiểm điểm từng người một. Kỳ diệu thay chỉ có một người bị thương nhẹ, một viên đạn làm xước da đầu của anh ta. Rồi họ ngắm nhìn chiếc xe một cách kinh ngạc, tất cả ghế giối đều bị rách toang vì trúng đạn, máy xe cũng bị phá hủy, nhưng mọi người đều bình an.

Khi tôi được tin, Chúa lại phán với tôi, "Thấy chưa Loren, các giáo sĩ của con vẫn còn nằm trong sự bảo vệ của Ta!"

Hê-bơ-rơ 11 là một bảng anh hùng ca về những tấm gương sáng của niềm tin. Họ sống bằng niềm tin. Bởi niềm tin họ khiến Biển Đỏ tách đôi, bởi niềm tin họ vui lòng từ bỏ sự giàu sang, bởi niềm tin họ thành Giê-ri-cô đổ tan tành, bởi niềm tin mà họ dám ngủ trong hang sư tử. Nhiều người phải chịu đựng vì niềm tin, bị ném đá cho chết, bị cưa, bị cắt thân thể ra làm hai, bị đâm bằng gươm, bị đuổi ra ngoài sa mạc, bị đày đọa và sống trong hoàn cảnh tuyệt vọng. Họ chẳng khác nhau về mức độ đức tin, tuy nhiên có một số vì niềm tin mà được cứu, những người khác vì niềm tin mà bị sát hại.

Chúa Jêsus là tác giả của niềm tin. Ngài kiên nhẫn chịu đựng cái chết trên thập tự giá vì niềm tin trọn vẹn đặt trước mặt Ngài. Mắt Ngài luôn hướng về phần thưởng cuối cùng của niềm tin. Ê-tiên là người tử vì đạo đầu tiên, ông chẳng kêu ca khi người ta ném đá giết ông. Ông từ giã cuộc đời và niềm vui thỏa, phước hạnh khi ông thấy Chúa Jêsus đang đứng bên hữu Đức Chúa Trời đằng sau cánh cửa rộng mở của thiên đàng. Thường thường Kinh Thánh cho ta biết Chúa Jêsus ngồi bên hữu Đức Chúa Trời, nhưng trong phân đoạn này Chúa đứng dậy và tiếp đón Ê-tiên.

Nếu Chúa yêu cầu chúng ta dâng đời sống mình cho Chúa vì sự truyền bá Phúc Âm, chúng ta sẽ thấy những phước hạnh vô cùng lớn lao mà Ngài dành riêng cho những ai dám đầu phục Chúa về những quyền lợi, ơn huệ lớn lao của riêng mình.

Hướng dẫn nghiên cứu

Thảo luận chung

1. Làm thế nào các nhân vật trong Kinh Thánh này từ bỏ quyền được nổi tiếng: Nô-ê (Sáng thế ký 6:14, 22), Ma-ri (Ma-thi-ơ 1:18-19), sứ đồ Phao-lô (Phi-líp 3:4-7)?

2. Chúa Jêsus đã làm gì với quyền được ngủ (Lu-ca 6:12) và được ăn (Lu-ca 4:1-2)?

3. Đọc Hê-bơ-rơ 11, đức tin tại "sảnh danh vọng". Mối liên hệ giữa đức tin và sự giải cứu của Đức Chúa Trời là gì?

Áp dụng cá nhân

1. Bạn đã làm gì khi bị hiểu lầm hoặc bị từ chối vì tin theo Chúa Jêsus?

2. Hãy nhớ lại Chúa đã bị từ chối, Chúa Jêsus đã phán tiên trin ở trong Giăng 15:18-21 về việc chúng ta sẽ bị

đối xử như thế nào. Hãy đọc phân đoạn này. Bạn cảm thấy thế nào?

3. "Chính Đức Chúa Trời có phán rằng: Ta sẽ chẳng lìa ngươi đâu, chẳng bỏ ngươi đâu" (Hê-bơ-ơ 13:5). Chúa Jêsus hứa rằng: "Và nầy, ta thường ở cùng các ngươi luôn cho đến tận thế" (Ma-thi-ơ 28:20). Những lời hứa này liên quan đến lời tiên tri của Chúa Jêsus trong câu 2 như thế nào?

7
TÔI CÓ QUYỀN GIẬN DỮ

Cách đây nhiều năm tôi có dịp chia sẻ với một nhóm người trẻ tại khu cắm trại thanh niên Cơ Đốc ở New Zealand. Sau buổi nhóm, một thanh niên đến xin tâm sự cùng tôi. Anh chàng mười chín tuổi ngồi thẫn thờ bên cạnh tôi trên chiếc ghế băng dài trong hội trường xây dựng xây bằng bê-tông sơ sài. Trí nhớ em không thể gợi lại những gì đã xảy ra trước ngày sinh nhật thứ mười sáu của mình. Trong khi cầu nguyện, Chúa cho tâm trí tôi thấy một con ngựa đứng bên cạnh hàng rào dây kẽm gai.

Tôi thuật lại hình ảnh trên và hỏi điều này có gợi trong lòng em những gì khác thường không.

"Thưa có, em nhớ hồi đó . . ." tồi em bắt đầu kể lại những sự kiện đau đớn trong quá khứ của mình.

"Lúc lên mười hai tuổi, em bị thương bởi hàng rào kẽm gai rỉ sét ở nông trại. Vết thương bị nhiễm trùng nặng đến nỗi em phải đi nằm bệnh viện và cuối cùng người ta đành bó tay vì biết em không còn hy vọng sống nữa". Nói đến đây em bật khóc nức nở vì những chuyện buồn đang hiện ra trong trí nhớ của em.

"Ông bố dượng của em đứng chần chừ trước cửa phòng

bệnh nhân. 'Vô đi! Nó sắp chết rồi. Anh vô và chia tay nó lần cuối đi!' – mẹ em giục".

"Ta không muốn nhìn mặt thằng . . . ghê tởm ấy nữa!" Ông bố dượng nghiến răng trả lời.

Cậu thanh niên ngừng kể, gục đầu xuống nói lúng búng trong miệng: "Trước cái chết của em, ông ấy vẫn gọi em với một danh từ thô tục như ông vẫn gọi hằng ngày - em là đứa con hoang".

Rồi chuyện này nối tiếp chuyện kia hiện lên trong tâm hồn đau đớn của em. Nào chính mẹ ruột của em quyến rũ làm tình với em khi em lên mười bốn tuổi. Nào gia đình bày trò giễu cợt em khi những bạn gái của anh trai em lợi dụng em trong vấn đề sinh lý. Nghe kể lại những câu chuyện trên, tôi thầm cảm ơn Chúa nhân từ đã dự bị một cơ quan nào trong thân thể con người để chôn vùi dĩ vãng đau thương cho đến khi người ta sẵn sàng đón nhận sự chữa lành của Chúa. Mặc dù tấm lòng tan nát trước sự hồi tưởng quá khứ, nhưng em vẫn quyết định tha thứ cho cha, mẹ và anh trai mình. Sau khi tâm sự cùng với tôi, em đã viết những bức thư bày tỏ tình yêu của em đối với cha, mẹ và cho họ biết rằng em đã tìm thấy tình yêu của Chúa. Em cũng viết một bức thư tương tự cho anh trai của em, hiện đang ngồi tù vì tội hiếp dâm. Sau này tôi được biết cha mẹ và anh trai của em đã viết thư trả lời và hỏi em thêm về Chúa. Chính họ cũng khao khát khuôn mẫu tình yêu thiên thượng ấy.

Trên khắp thế giới, Chúa đang muốn bắt đầu một phản ứng dây chuyền của sự tha thứ. Sự tha thứ là nhân tố chính trong qua trình chữa lành của Chúa, không có nó, cả nạn nhân cũng như người gây tổn thương đều không thể nhận được sự chữa lành. Khi có sự tha thứ, chúng ta có thể quan sát một phản ứng dây chuyền, một biểu hiện của tình yêu này sẽ kích động những biểu hiện của tình yêu khác trên thế giới. Khi đó chúng ta sẽ chứng kiến sự phục hưng.

Chúa dạy các môn đồ lời cầu nguyện như sau: "Hãy tha thứ

cho chúng con, cũng như chúng con cũng tha thứ kẻ phạm tội nghịch cùng chúng con." (Ma-thi-ơ 6:14,15). Ngài dạy tiếp "Vả nếu các ngươi tha lỗi cho người ta, thì Cha các ngươi ở trên trời cũng sẽ tha thứ các ngươi; nếu không tha lỗi cho người ta, thì Cha các ngươi cũng sẽ không tha lỗi cho các ngươi." Vậy khi chúng ta tha thứ cho người khác, Chúa tha thứ cho chúng ta.

Khi chúng ta không chịu tha thứ, chúng ta từ chối sự tha thứ của Chúa. Chính sự tha thứ của Chúa gìn giữ cả thế giới trong sự hiệp một. Tội lỗi và sự ích kỷ dăng tràn ngập khắp mọi nơi, nếu không có sự tha thứ, quả địa cầu sẽ như trái banh bị nổ tung ra ở tất cả mọi đường nối.

Khi Corrie ten Boom rời khỏi trại tập trung của Đức quốc xã trong thế chiến thứ hai, bà tuyên bố sẵn sàng đi bất cứ nơi đâu để hầu việc Chúa, trừ nước Đức. Mỉa mai thay, Chúa lại yêu cầu bà đến nước Đức – không những chỉ vì sự chữa lành của bà, mà cũng vì sự chữa lành của cả những người Đức nữa.

Có lần Corrie ten Boom đang nói chuyện tại một hội trường, một người đàn ông tiến lại bục giảng. Ông yêu cầu bà tha thứ cho ông vì ông đã từng làm người gác ngục trong một trại tập trung. Corrie ten Boom đứng yên lặng mấy phút và thì thầm trong lòng *"Chúa ơi, con không thể tha thứ được đâu. Chính ông ta và những đồng sự khác phải chịu trách nhiệm về cái chết của em gái con"*. Chúa trả lời *"Con hãy tha thứ vì Ta"*. Corrie ten Boom đưa bàn tay ra và khi tay hai người nắm lại, bà cảm thấy sự tha thứ như dòng nước ấm chảy ngang qua thân thể của mình. Đúng vậy, sự sẵn lòng tha thứ sẽ đến sau hành động của ý chí.

Sự tha thứ là quyết định của ý chí. Nó không phải sự tùy ý, làm càng, tốt hay không tốt chẳng sao, nhưng là mạng lịnh của Chúa. Chúa nói *"Ta chẳng tha thứ cho ngươi nếu ngươi không tha thứ cho kẻ khác"*. Sự tha thứ là điều cần thiết cho sự lành mạnh cho tâm hồn, tâm linh và thân thể của mình. Chúng ta nhất định phải tha thứ.

Chúa Jêsus đến thế gian không phải để buộc tội, nhưng để thế gian nhờ Ngài mà được sự cứu rỗi. Sách Rô-ma 5:8 cho biết Chúa Cứu Thế ban cho sự tha thứ trong khi chúng ta còn ở trong tình trạng tội lỗi. Trên cây thập tự Chúa cầu xin: "Xin Cha tha thứ cho họ bởi họ chẳng biết mình làm điều chi", Chúa ban tặng sự tha thứ cho cả nhân loại, Đó là hành động yêu thương mà Chúa đang yêu cầu chúng ta noi theo hầu có thể dẫn dắt mọi người đến sự ăn năn. Sự thành công của công cuộc truyền bá Phúc Âm tùy thuộc vào mức độ tha thứ của chúng ta.

Trước Thế Chiến thứ hai, có một thương gia xây cất người Pháp gốc Ý tên là Enrico sống ở Paris, không lâu sau khi tiếp nhận Chúa Jêsus làm Cứu Chúa của đời mình, ông có dịp đi dạo vào một đêm khuya nọ. Chợt ông thấy hai bóng người nhảy ra khỏi xe vận tải và tiến về khu vật liệu của ông. Enrico dừng lại cầu nguyện "Con phải làm gì bây giờ thưa Chúa?" Một kế hoạch lóe lên trong tâm trí ông.

Enrico tiến lại gần hai người đàn ông và yên lặng giúp họ chất gỗ lên xe. Sau vài phút ông hỏi "Các ông sẽ làm gì với những tấm gỗ này?" Họ cho ông biết dự định của họ. "Vậy tôi nghĩ các ông nên dùng đống gỗ đằng kia thì tốt hơn". Enrico gợi ý.

Sau khi chiếc xe đã được chất đầy gỗ, một trong hai người lạ mặt tỏ lời khen ngợi "ông quả thật là một tay ăn trộm thiện chí:.

"Không đâu, tôi không phải là kẻ trộm". Enrico trả lời.

"Này, sĩ diện làm gì. Ông biết rõ chúng tôi đang làm gì lúc nửa đêm, chính ông còn tiếp tay cho chúng tôi nữa".

"Tôi biết các ông đang làm gì chứ, nhưng tôi không phải là kẻ trộm, tôi là chủ nhân của khu vật liệu và đống gỗ này".

Hai người lạ mặt trở nên sợ hãi. "Đừng sợ" Enrico an ủi họ "Tôi quan sát việc các ông làm nhưng tôi quyết định không gọi cảnh sát. Các ông chưa biết đến cách sống công bình nên tôi sẽ chỉ bảo cho các ông. Trước hết các ông hãy nghe tôi nói, sau đó các ông có thể đem đống gỗ trên xe này về nhà".

Lập tức Enrico có ngay những khán giả thật nghiêm túc cho "buổi truyền giảng ngoài trời" của ông. Trong vòng ba ngày sau, cả hai anh chàng đều đầu phục Chúa Jêsus, một người sau trở thành mục sư, còn người kia trở nên chấp sự trong Hội thánh. Đống gỗ Enrico cho họ thật chẳng có gì đáng so sánh với giá trị của hai linh hồn, đặc biệt trong ánh sáng của lời Chúa Jêsus rằng một linh hồn còn quý hơn tất cả mọi sự trên thế gian này.

Không phải đống gỗ Enrico tặng đã đưa họ đến với Chúa, ấy chính là tấm lòng vị tha của ông khi họ bị bắt quả tang trong khi hành động tội lỗi. Họ biết Enrico có thể bỏ tù họ, nhưng ông bày tỏ thiện chí trước khi họ tỏ thái độ ăn năn. Cũng vậy, Chúa Jêsus tha thứ cho nhân loại trên thập tự trước khi chúng ta ăn năn hối lỗi.

Trong câu chuyện tiếp theo, Enrico phải trả giá cho sự tha thứ nhiều hơn là một đống gỗ.

Sau khi quân phát xít Đức tràn vô nước Pháp, một gia đình Do Thái đến xin trú ẩn trong nhà của Enrico. Ông nhận lời và che giấu cũng như nuôi nấng gia đình này trong hai năm trời. Công việc bị bại lộ, cảnh sát đến bắt gia đình kia và Enrico nữa.

Lễ Nô-ên năm 1944 đến với Enrico trong phòng giam lạnh lẽo. Giám đốc nhà tù gọi ông lên văn phòng và chỉ cho ông một bàn đầy những món ngon lành "Vợ ngươi quả là một tay nội trợ khéo léo. Hằng ngày bà ta gởi cho ngươi những bửa cơm và ta đã mạn phép ăn nó hộ ngươi. Hôm nay ta gọi ngươi lên để chiêm ngưỡng bửa ăn lễ Nô-ên trước khi ta thưởng thức nó".

Enroco đứng run rẩy trong thân thể với da bọc xương, cặp mắt hốc hác vì cơn đói, ông đưa mắt nhìn lên bàn đầy thức ăn của ngày lễ và nói: "Vâng tôi biết vợ tôi là người nấu ăn khéo, tôi tin tin rằng ông sẽ hài lòng với bữa ăn Nô-ên của ông". Tên giám ngục bắt Enrico nhắc lại những lời nói trên. Enrico nhắc lại từng chữ "tôi hy vọng ông hài lòng với bữa cơm này". Rồi ông nói thêm "Bởi vì tôi yêu mến ông".

Tên giám ngục gào lên "Hãy đem thằng tù này ra khỏi đây đi, nó điên rồi".

Khi chiến tranh kết thúc Enrico được trả tự do. Ông phải mất hai năm mới phục hồi lại sức khỏe. Chúa cũng bắt đầu chúc phước cho công việc làm ăn của ông.

Để bày tỏ lòng biết ơn đối với Chúa trong sự bảo toàn mạng sống của mình. Enrico đưa vợ đến thăm nơi ông bị giam cầm trước đây. Khi đến nơi họ được biết viên giám ngục kia vẫn còn sống trong làng. Chúa bày tỏ cho Enrico một phương cách bày tỏ sự tha thứ hết sức độc đáo. Họ đi chợ rồi tìm một chỗ để nấu ăn, xong xuôi họ đến gõ cửa nhà kia với hai rổ đầy thức ăn thơm phức.

Sau khi được mời vô nhà, Enrico nói "Chắc ông không nhận ra tôi phải không?" Quả thật hình dạng ông Enrico thay đổi nhiều từ khi ra khỏi tù, ông lên cân vì được vợ chăm sóc chu đáo.

Chủ nhác lắc đầu.

Enrico nói tiếp "Ông còn nhớ ngày lễ Nô-en năm 1944, tôi được ông gọi lên văn phòng của ông . . . Tôi có nói là tôi yêu mến ông và ông cho tôi là người điên . . ."

Mặt chủ nhà tái mét, bước lùi lại một bước. Enrico nói tiếp "Đừng sợ, tôi đến đây không với mục đích làm hại ông, nhưng để nói cho ông biết rằng tôi vẫn yêu mến ông".

Chủ nhà vẫn đứng trơ ra đó trong yên lặng, cặp mắt không hồn cứ nhìn chằm chằm về phía trước.

"Tôi không điên đâu. Tôi nói thực đấy, và muốn chứng minh điều ấy cho ông ngay bây giờ. Chiến tranh đã kết thúc rồi. Bây giờ là thời bình, vợ chồng tôi muốn ngồi xuống để dùng bữa cùng vợ chồng ông. Liệu ông có cho chúng tôi niềm hân hạnh này không?"

Khi cả hai gia đình bắt đầu ngồi xuống bàn trước những món ăn ngon lành mà vợ Enrico nấu, tự nhiên chủ nhà ném dao, đĩa xuống và hỏi "Các vị thực sự muốn làm gì tôi?"

Enrico giải thích "Chẳng có gì đâu, chúng tôi chỉ muốn ống biết rằng chúng tôi yêu mến ông và đã tha thức cho ông."

"Làm sao các vị có thể làm được chuyện đó?"

"Chắc chúng tôi không đủ sức nếu nhờ cậy vào khả năng bản thân nhưng . . ." Enrico nói chân tình "Đức Chúa Jêsus Christ dạy chúng tôi biết cách tha thứ".

Sau khi nghe giải thích thêm trước khi người chủ nhà có thể tiếp tục bữa ăn, ông đã quỳ gối xuống tiếp nhận Jêsus làm Cứu Chúa của cuộc đời mình.

Giăng 20:18 cho biết Chúa đã sử dụng Ma-ri Ma-đơ-len – một gái mại dâm, đi loan tin cho các môn đồ biết Ngài đã sống lại từ kẻ chết. Những môn đồ của Chúa chắc không thể biết hoặc hiểu sứ điệp của sự sống lại nếu trong lòng họ không có sự tha thứ quá khứ đen tối của Ma-ri. Nếu họ cứ ôm giữ trong lòng tội lỗi của Ma-ri, họ sẽ bị mất cơ hội vô cùng kỳ diệu có một không hai trong suốt cả lịch sử nhân loại: Cơ hội chứng kiến sự phục sinh của Chúa Jêsus.

Giăng 20:23 cũng chỉ ra "Kẻ nào các ngươi tha tội cho, thì tội sẽ được tha, còn kẻ nào các ngươi cầm tội lại, thì sẽ bị cầm cho kẻ đó." Nếu chúng ta cầm giữ tội đối với bất cứ một cá nhân nào, khăng khăng không chịu tha thứ kẻ xúc phạm mình thì chính chúng ta sẽ không thể kinh nghiệm được quyền năng sống lại của Chúa Jêsus trong đời sống của mình.

Có lần tôi được nghe một câu chuyện bất thường. Một mục sư ở bang Montana được Chúa đánh thức vào lúc 2 giờ 20 phút sáng, dường như ông cảm thấy Chúa phán với ông "Người vẫn còn ôm ấp sự cay đắng, trong ngươi không có sự tha thứ".

Vậy, con còn chưa tha thứ ai, thưa Chúa?

Hitler! Ngươi vẫn chưa tha thứ cho Hitler.

Nhưng Hitler đã chết rồi mà!

Ta biết. Nhưng Hitler vẫn chưa chết hẳn trong lòng ngươi.

Rồi Chúa nhắc lại cho vị mục sư nọ những lần ông nhái lại

Hitler, đem Hitler ra làm trò cười. Chúa chỉ cho ông thấy đó là sự ràng buộc thuộc linh khiến ông trở nên không nhạy cảm với Chúa và với người, Chúa bày tỏ nỗi cứng lòng của ông đối với những người mà chính ông chưa từng gặp gỡ.

"Vâng con quyết định tha thứ cho Hitler". Vị mục sư đáp lời Chúa.

Còn một vị lãnh đạo khác ngươi phải tha thứ nữa. Chúa phán tiếp.

Nghe đến đây tôi cảm thấy hết sức khó chịu về bản thân. Trong tâm trí tôi hiện rõ ràng tên của một vị lãnh đạo Trung Hoa – bởi tính tàn bạo của ông, tôi chẳng bao giờ ưa nhắc đến tên ông ta. Tôi biết mình phải tìm một nơi kín đáo để cầu nguyện.

Khi ấy, vị lãnh đạo kia vẫn còn sống. Trong giây phút quỳ gối cầu nguyện. Tôi hình dung ra hàng triệu người – trong đó có nhiều Cơ đốc nhân Trung Hoa đã bị ông sát hại. Tuy vậy tôi phải tha thứ.

Tôi nói to với Chúa "con đã tha thứ rồi" và cầu nguyện cho sự cứu rỗi của ông ta. Trước đây tôi đã từng làm như vậy, nhưng lời cầu nguyện của tôi luôn thiếu niềm tin và sức thuyết phục. Bây giờ với tấm lòng tha thứ, tôi có thể khóc lóc nài xin Chúa cho linh hồn của ông cũng như linh hồn của bất cứ một ai trong gia đình tôi đang còn cách xa Chúa.

Kinh Thánh cho biết trong Gia-cơ 5:16b chép rằng: "Người công bình lấy lòng sốt sắng cầu nguyện thật có linh nghiệm nhiều". Chúng ta không thể giải phóng quyền năng của Chúa qua lời cầu nguyện nếu không có trái tim của Ngài.

Để cầu nguyện một cách hữu hiệu, chúng ta phải cầu nguyện với Thần Linh của Chúa – với tấm lòng của Chúa đối với từng cá nhân hay hoàn cảnh cụ thể. Chỉ khi cầu nguyện với sự tha thứ, chúng ta mới thấy câu trả lời của Chúa Jêsus.

Khi ý thức được rằng trước đây mình chưa thực hiện nguyên tắc trên đây trong sự cầu nguyện, tôi liền đáp ứng ngay đối với vị lãnh đạo quốc gia kia. Tôi quyết định tha thứ cho ông, mặc dù vì ông mà biết bao nhiêu người đã bị sát hại. Tôi đã giải phóng quyền năng của niềm tin trong khi cầu nguyện cho một cá nhân chưa từng gặp.

Một thời gian sau tôi có dịp đọc tạp chí *"Thời đại"* ra ngày 20 tháng 9 năm 1976, trong đó Henry Kissinger thuật lại chuyến đi thăm Trung Quốc của ông. Ông kể lại rằng vị lãnh đạo kia nói chuyện về Đức Chúa Trời và mối lo lắng sẽ phải đối với Đấng Tạo Hóa trong một ngày không xa. Sau cuộc gặp gỡ với Kissinger, ông không được phép ra mắt công chúng hay gặp gỡ những người nước ngoài trong những tháng cuối cùng của cuộc đời. Tôi hy vọng rằng ông đã gặp Chúa và tìm thấy sự tha thứ của Ngài mà ông từng mong mỏi. Chắc chắn rằng có nhiều Cơ Đốc nhân đã cầu nguyện cho ông, cũng như con cái Chúa trong thế kỷ thứ nhất cầu nguyện cho Phao-lô, một tay khủng bố đạo Chúa tàn nhẫn khác.

Tha thứ có nghĩa là bỏ đi đời sống tinh thần vì cớ người khác. Tha thứ là bỏ đi tình cảm riêng tư. Tha thứ là sự lựa chọn, quyết định không ghi nhớ những gì mà người khác đã làm tổn thương đến mình.

Có nhiều điều ngăn trở sự tha thứ. Điều thứ nhất là khăng khăng nhất định không tha thứ. Bằng lý trí chúng ta có thể cầm tội hoặc lựa chọn yêu thương kẻ thù. Chính Chúa Jêsus phán dạy như vậy. Tình yêu bao giờ cũng đem lại sự tha thứ.

Chúa không bao giờ yêu cầu làm bất cứ điều gì ngoài sức của chúng ta. Khi chúng ta lựa chọn tha thứ, Chúa sẽ thêm sức cho chúng ta. Khi Corrie ten Boom đưa tay ra bắt tay của người cai ngục, ân điển của Chúa được ban ra để giúp bà bày tỏ sự tha thứ một cách vui vẻ.

Điều ngăn cản sự tha thứ khác là thất bại trong sự tha thứ cho bản thân. Chúng ta phải tha thứ cho chính mình trước khi có thể tha thứ cho người khác.

Một người bạn Hà Lan tâm sự với tôi về nỗi quan tâm đối với

người anh trai của mình. Anh của bạn tôi thường lên án một cách hà khắc tất cả những ai phạm tội loạn luân. Có lần anh ta làm một cái bảng lớn treo lên cổ và đi ra nơi công cộng để giục giã mọi người ăn năn. Mặc dù biết người tình của mình cũng đã từng sống luông tuông và có đứa con hoang, anh vẫn cưới nàng làm vợ. Sau đó anh ta căm ghét, hất hủi vợ mình và đuổi nàng ra khỏi nhà. Anh ta cũng tuyên bố từ bỏ đứa con gái mình khi cô ta phạm tội tà dâm.

Người bạn hỏi tôi có cách nào giúp đỡ anh trai của anh không. Tôi cảm thấy Chúa ban cho tôi một sự thông sáng khác thường để trả lời "Anh hãy nói cho anh trai mình nhận sự tha thứ của Chúa về những tội loạn luân của chính bản thân anh ta. Khi đó anh ấy mới có thể tha thứ cho người khác."

Tôi thực sự không hiểu biết điều này qua những cảm giác tự nhiên, nhưng tôi chắc chắn rằng ông ta đang che giấu tội lỗi. Không biết kết quả của lời khuyên đó như thế nào, nhưng tôi hy vọng rằng người ấy sớm tìm được sự tha thứ của Chúa.

Nhiều khi bằng sự phán xét người khác, chúng ta tự bày tỏ tâm tư của mình. Rô-ma 2:1 chép rằng: "Hễ đoán xét kẻ khác thì không thể bào chữa cho mình được; vì trong khi đoán xét họ, ngươi cũng lên án cho chính mình ngươi nữa. Bởi ngươi đoán xét họ mà cũng làm những việc như họ nữa".

Điều thứ ba cản trở sự tha thứ là sự ganh ghét, không muốn người khác thay đổi. Người con trai hoang đàng trong Lu-ca 15 trở về nhà trong sự ganh ghét, tị nạnh của người anh trai mình.

Điều thứ tư cản trở sự tha thứ là bản tính kiêu ngạo. Nhiều khi thái độ kiêu ngạo thể hiện qua tính tự ti hơn là tự cao. Chúng ta có thể tự hào về tính khiêm nhường khi cho mình chẳng có một giá trị nào cả. Không, đó cũng là một trong những biểu hiện của sự kiêu ngạo. Người càng khiêm nhường bao nhiêu càng có lòng tự trọng bấy nhiêu.

Kiêu ngạo là sự dối mình về giá trị bản thân. Nó phá hủy tính tự tin, gây ra sự bất an, dễ bị tổn thương, luôn lo sợ người khác biết được bản chất của mình. Ngược lại sự thật là nền tảng an ninh cá nhân. Câu nói "Tôi thuộc hạng vô dụng" không phản ánh sự thật. Chính chúng ta được tạo nên theo ảnh tượng của Đức Chúa Trời. Khi chúng ta có được quan điểm của Chúa về giá trị bản thân, chúng ta có được sự bình an và sự trung thực cởi mở nội tâm đối với người khác. Khi ấy chúng ta có thể tha thứ bất cứ một ai.

Điều thứ năm ngăn cản sự tha thứ là thiếu hiểu biết đức tính của Chúa, đặc biệt tính nhân từ, thương xót. Một số người gặp khó khăn trong điều này bởi họ không thấy sự biểu hiện về sự thương xót của người cha xác thịt trên đất này. Chúng ta hãy xin Chúa bày tỏ tính nhân từ, thương xót của Ngài qua Kinh Thánh. Chúa là Đấng nhân từ, giàu lòng thương xót, khi trước Chúa thương xót thế nào thì sau này Chúa vẫn còn thương xót như vậy và cho đến đời đời. Một trong những cách tiếp nhận sự mặc khải này là lớn tiếng đọc Thi Thiên 136 "Vì sự nhơn từ của Ngài còn đến đời đời cho . . ." và để tên mình vào mỗi một câu trong chỗ có dấu ba dấu.

Một trở ngại nữa cho sự tha thứ thể hiện tiêu chuẩn hai lường – một điều sai trái đối với người khác nhưng lại không sao đối với mình. Kết quả là chúng ta sẽ lặp lại tội lỗi của người mà mình muốn lấy oán trả oán. Có lần tôi để ý thấy một người cộng tác thường đối xử với nhân viên dưới quyền một cách gay gắt, nhiều khi anh ta khiển trách người phạm lỗi ở nơi công cộng. Tôi quyết định phải xử sự kịp thời để tránh những tổn thương do anh ta gây nên.

Một ngày kia tôi ngồi sinh hoạt cùng anh ta trong nhóm nhỏ và thấy anh ta vô tình thể hiện sự mất kiên nhẫn, thiếu tế nhị nói trên. Tôi lập tức phê bình anh ta trước mặt mọi người. Đột nhiên tôi phát hiện ra là mình đăng lặp lại điều mình muốn người ta thay đổi. Để hồi phục lại tình bằng hữu, tôi liền thú tội và xin anh tha thứ lỗi ngay trước mặt mọi người.

Sự sợ hãi cũng là một sự trở ngại lớn cho sự tha thứ, đặc biệt nỗi lo sợ tiếp tục bị tổn thương. Một thanh nữ ở châu Âu tâm sự "Tôi không thể tha thứ cho họ được. Họ đã gây cho tôi bao nỗi đau đớn đến mức, nếu tôi tha thứ cho họ, tôi sẽ càng bị tổn thương nữa". Cô ta không hề biết rằng tha thứ chính là tấm bình phong che chở những tổn thương trong tương lai. Khi chúng ta thực lòng tha thứ, chúng ta giống như cái xương gãy được bó bột ngay ngắn chờ ngày lành lặn. Nếu không tha thứ, chúng ta sẽ như cái xương gãy được bó, buộc cẩu thả, dù lành lặn chăng nữa chúng ta sẽ vĩnh viễn bị cong queo.

Linh hồn chúng ta cũng có thể được nắn thẳng với sự tha thứ thay vì be cong, bẻ queo bởi sự cay đắng và tổn thương mà cúng chúng ta bấu víu. Hành động tha thứ cho phép sự chữa lành tình cảm và làm cho chúng ta trở nên mạnh mẽ đủ sức chịu đựng những tổn thương khác có thể xảy ra trong tương lai.

Chúng ta có thể nói rằng: "Ông nói gì cũng dễ, tôi đã bị người ta gây đau đớn biết bao nhiêu lần, làm sao ông có thể hiểu thấu. Ông chưa bao giờ bị tổn thương như chính tôi". Điều đó có thể đúng.

Tuy nhiên có một người chịu đựng tổn thương như chúng ta nhưng vẫn tha thứ hết mọi sự. Xin cho phép tôi kể lại câu chuyện sau đây:

"Trong ngày phán xét cuối cùng, hàng tỉ người đứng rải rác khắp trên một cánh đồng trước ngai vàng của Đức Chúa Trời. Một số trong nhóm người phía trước chẳng ngần ngại với sự hổ thẹn nhưng lên tiếng với giọng hiếu chiến, gay gắt.

"Làm sao Đức Chúa Trời có thể phán xét chúng ta? Làm sao Ngài có thể biết đến sự chịu đựng" . . . một phụ nữ tóc nâu nói một cách giễu cợt rồi xắn tay lên chỉ cho mọi người thấy con số tù được đóng dấu trên thân thể khi cô bị giam trong trại tập trung của Phát-xít Đức . . . "chúng tôi phải chịu đựng sự hăm dọa, tra tấn, đánh đập và bị giết hại".

Ở một nhóm khác, một người da đen kéo cổ áo mình xuống và nói "nhìn xem đây, vết dây thừng cháy trên người tôi. Tôi bị hành hình kiểu lin-sơ, không phải vì phạm pháp nhưng vì là người Mỹ da đen. Chúng tôi ngồi ngột ngạt trong chiếc thuyền chở nô lệ đi bán, bị cướp đi khỏi cha mẹ, vợ con thân thương . . . dầm sương dãi nắng trên cánh đồng bông cho đến khi yên nghỉ trong mồ mả."

Trên cách đồng mênh mông trước ngai của Đức Chúa Trời có hàng trăm các nhóm người như vậy. Ai cũng muốn chất vấn Chúa về những tội lỗi và những điều bất hạnh xảy ra trên mặt đất này.

"Đức Chúa Trời may mắn làm sao khi Ngài sống ở trên thiên đàng, nơi có đầy những sự ngọt ngào, những hào quang tỏa sáng, nơi không có sự khóc than, sợ hãi, đói khát, thù hận" . . . "Thật vậy, Đức Chúa Trời biết gì về số phận của con người sinh ra để chịu khổ trong thế gian? Nói cho cùng, Chúa ung dung sống một cuộc đời được che chở một cách chắc chắn". Họ thống nhất với nhau như vậy.

Rồi một nhóm cử ra một người đã từng chịu đựng nhiều nhất làm đại biểu. Trong số các đại biểu người ta thấy có người Do Thái, người da đen, người con hoang, người thuộc thành phần hạ đẳng ở Ấn Độ, người tù thành phố Hiroshima, người tù trại lao động khổ sai ở Siberian. Họ tập trung lại ở chính giữa cánh đồng, bàn bạc với nhau rồi cùng đem ra một bản dự thảo về kế hoạch hành động của họ.

Lý luận của họ thật đơn giản: Trước khi Đức Chúa Trời có đủ tư cách để phát xét họ, Ngài phải chịu đựng những gì họ đã chịu đựng. Họ quyết định cho Chúa xuống trần gian để sống như một người phàm.

Nhưng bởi Ngài là Thần nên họ đặt ra những qui định cụ thể

không cho phép Ngài dùng bản tánh thần linh để trợ giúp bản thân:

Hãy bắt Đức Chúa Trời sinh ra làm người Do Thái.

Hãy bắt Đức Chúa Trời sinh ra trên trần gian một cách thiên hạ phải nghi ngờ không biết ai là cha Ngài.

Hãy cho Đức Chúa Trời bày tỏ quan điểm của mình dù công nghĩa nhưng cực đoan đến nỗi xã hội trở nên căm ghét, thù nghịch với Ngài và tất cả các hệ thống tôn giáo cố gắng tiêu diệt Ngài.

Hãy cho Ngài mô ta những gì mà người phàm chưa từng nghe, thấy, người, nếm . . . hãy cho Ngài nối liền sợi dây truyền thông công giữa Trời và người . . .

Hãy cho Ngài bị bạn bè bội phản, hãy cho Ngài chịu đựng sự vu oan, hãy đem Ngài ra xử trước một tòa án đầy những thành kiến và hãy để cho Ngài bị một thẩm phán hèn nhát nhất, a dua theo đám đông kết án . . .

Hãy cho Ngài biết thế nào là sự cô đơn khủng khiếp, hoàn toàn bị bỏ rơi bởi tất cả mọi người đang sống trên thế gian. Hãy cho Ngài bị tra tấn và cho Ngài bị giết bằng một cái chết ô nhục, khủng khiếp nhất cùng với những tên lưu manh, trộm cướp . . .

Mỗi một lần các đại biểu lớn tiếng đọc to kế hoạch của mình, hàng tỉ tiếng hoan hô tán thưởng vang dội từ bốn phía của cánh đồng.

Khi người đại biểu cuối cùng đọc xong bản án, một bầu không khí yên lặng chụp xuống mọi người. Không một ai hé răng thốt ra một lời nào. Không một ai nhúc nhích. Bởi tất cả đều ý thức được rằng Đức Chúa Trời đã chịu bản án ấy rồi".

Chúa *cảm thông* sự yếu đuối của chúng ta. Chúa biết rõ những gì chúng ta biết về sự đau đớn. Chúa bị *cám dỗ*, thử thách trong tất cả mọi sự mà chúng ta phải trải qua.

Chính vì vậy Chúa biết cách hướng dẫn chúng ta tha thứ và tiếp nhận sự tha thứ.

Hướng dẫn nghiên cứu

Thảo luận chung

1. Theo Loren, sự chữa lành của Đức Chúa Trời là gì?
2. Rô-ma 5:8 liên quan đến sự tha thứ là một lựa chọn thay vì là ngẫu hứng như thế nào?
3. Hãy mô tả bảy điều này cản trở sự tha thứ như thế nào: (1) không lựa chọn, (2) không tha thứ bản thân, (3) ghen tị, (4) kiêu ngạo, (5) không hiểu đặc tánh của Đức Chúa Trời – sự thương xót của Ngài, (6) khắc khe, (7) sợ hãi.
4. Sự khiêm nhường giả tạo giấu giếm sự kiêu ngạo như thế nào?

Áp dụng cá nhân

1. Chúa Jêsus phán: "Vả, nếu các ngươi tha lỗi cho người ta, thì Cha các ngươi ở trên trời cũng sẽ tha thứ các ngươi. Song nếu không tha lỗi cho người ta, thì Cha các ngươi cũng sẽ không tha lỗi cho các ngươi" (Ma-thi-ơ 6:14-15). Đây là mấy lời được cho là đáng sợ nhất trong Kinh Thánh. Bạn nghĩ gì khi đọc phân đoạn Kinh Thánh này?
2. Khi Enrico giúp mấy tên cướp lấy gỗ của mình, họ được gặp Chúa Jêsus. Khi anh gặp lại người sĩ quan chỉ huy mình ngày xưa để mời dùng bữa, viên sĩ quan Đức quốc xã đã quỳ xuống xin Chúa Jêsus cứu mình. Loren viết rằng khi tha thứ cho mấy người này, Enrico giống như Chúa Jêsus ở trên thập tự giá, tha thứ cho

chúng ta ngay cả trước khi chúng ta ăn năn. Chúa Jêsus muốn bạn tha thứ ai – trước khi người đó ăn năn cùng bạn?

3. Hãy cầu nguyện Bài cầu nguyện chung. Hãy lặp lại lời cầu nguyện tha thứ, "Xin tha tội lỗi cho chúng tôi, như chúng tôi cũng tha _____ phạm tội nghịch cùng chúng tôi". (Hãy điền vào chỗ trống tên của người đã làm sai với mình và những điều người đó đã làm.

8

LÀM SAO TRỞ THÀNH "CON CHIÊN THƯỢNG ĐẲNG"

Khi đọc Bài giảng trên núi, có khi nào chúng ta vô tình lướt qua câu "Kẻ nhu mì sẽ hưởng được đất không?" Khái niệm nhu mì không hợp với nhiều người, bởi họ cho rằng như mì dường như đồng nghĩa với sự hèn kém, nhu nhược. Chúng ta thường thích nói về Đạo Cơ Đốc với những anh hùng kiểu tài tử màn bạc như John Wane trong đó tôi trai, tớ gái của Đức Chúa Trời phải lực lưỡng, xinh đẹp.

Vì sao Chúa Jêsus nhấn mạnh sự nhu mì trong bài giảng dài nhất trong Phúc Âm? Phải chăng Chúa nói rằng một ngày nào đó thế gian sẽ nằm trong tay những kẻ không có xương sống? Sự nhu mì có nghĩa là gì?

Trước hết chúng ta phải xác định Chúa Jêsus không phải là người yếu đuối. Tôi đã có dịp chứng kiến cơn gió nóng sa mạc, hừng hực thổi tới như lò lửa và tôi cũng đã thấy ngọn núi lởm chởm mà Chúa đã từng leo lên để kiêng ăn cầu nguyện 40 ngày đêm. Chúa phải khỏe mạnh, sung sức như kiện tướng thể thao mới có thể làm được điều ấy phải không?

Chắc chúng ta còn nhớ trước khi vào chức vụ, Chúa làm nghề thợ mộc, còn hầu hết học trò của Chúa làm nghề đánh cá là những người lao động chân tay. Giả sử Chúa đến thế gian trong thời đại ngày hôm nay, dáng vóc của Chúa chắc phải vững chãi như người công nhân đội mũ cứng, làm việc với cần cẩu hay máy ủi đất trên công trường xây dựng vậy.

Chúa không phải là kẻ nhu nhược và Ngài không kêu gọi một đội quân hèn kém. Khi Chúa nói kẻ nhu mì sẽ hưởng được đất, chúng ta phải hiểu ý nghĩa tính từ "nhu mì" của Kinh Thánh: nhu mì khác nghĩa với nhu nhược, hèn kém.

Nhu mì là tư cách của một người hùng mạnh luôn đầu phục các quyền của mình cho Chúa. Chúa Jêsus là một thí dụ tốt nhất về sự nhu mì bởi Chúa nói "Ta *chẳng* làm điều gì khác ngoài ý muốn của Cha". Chúa nhu mì trong việc bệnh cái roi để đánh đuổi bọn con buôn trong đền thờ thế nào thì Ngài cũng nhu mì khi đứng trước quan Tổng trấn Phi-lát, từ chối không nói bất cứ một lời để cứu sinh mạng của mình như vậy.

Khi Chúa nói người nhu mì sẽ hưởng được đất. Ngài chỉ cho chúng ta một chiến trận thuộc linh với quỷ Sa-tan và ma quỷ trên thế gian. Chúa sẽ áp đảo Sa-tan bằng cách sử dụng những người có tính nhu mì, biết *vận hành trong linh* tương phản với các linh của thế lực tăm tối. Chúng ta sẽ nắm chắc phần thắng trong tay nếu chúng ta biết phát hiện chiến thuật của kẻ thù và hành động ngược lại trong quyền năng của Đức Thánh Linh.

Xin cho phép tôi giải thích vấn đề trên.

Một vài năm trước đây, vào mùa Xuân, tôi được mời đến một thành phố ở miền Trung Tây Hoa Kỳ để gặp gỡ với 38 vị lãnh đạo Cơ Đốc Bắc Mỹ. Chúng tôi được triệu tập để dàn xếp một nan đề đang đe dọa sự hiệp một trong Hội thánh Chúa. Đây là một hội đồng kín, cả hai phe đối nghịch cùng cầu nguyện và bản cải kịch liệt suốt mấy ngày.

Trong nan đề này tôi không cảm thấy mình có chỗ đứng ở bên phe nào cả. Một người nói "Loren! Anh thật như người lính dù, nhảy vào chiến trường mà không biết nên bắn vào ai". Câu bình luận ấy thật vui mừng nhưng rất chính xác: Bầu không khí buổi họp giống như cuộc đàm phán đặc điều kiện ngừng bắn giữa hai cường quốc vậy.

Một ngày kia chúng tôi bắt đầu cầu nguyện. Tôi cảm thấy mình không thể làm được điều gì khác hơn là khóc nức nở. Tiếng khóc dường như bật ta từ trong nơi sâu thẳm linh hồn tôi. Rồi tôi thấy có một người khác cũng khóc giống như vậy. Trong khi thút thít một cách bất lực, tâm trí tôi hiểu ra rằng cả hai chúng tôi đang khóc thay cho Đức Thánh Linh, khóc vì sự bất hòa trong anh em con cái Chúa, khóc vì vết thương mới trên cơ thể Chúa Jêsus và Hội thánh của Ngài.

Khi nhóm lại để cầu nguyện thay cho sự hiệp một, mỗi chúng tôi tự kiểm điểm làm ngay thẳng lòng mình trước mặt Chúa. Mấy phút yên lặng trôi qua, khi từng cá nhân tha thiết cầu xin Chúa tra xét xem mình có phạm lỗi lầm nào không. Một số vị lãnh đạo đứng dậy thú tội cùng với cả nhóm. Sau đó chúng tôi hỏi Chúa xem Ngài muốn chúng tôi cầu thay cho những vấn đề gì.

Một người trong phe này phát biểu "Tôi cảm thấy Chúa muốn chúng ta cầu nguyện cho Giê-ru-sa-lem".

Một người ở phe kia cũng tỏ sự đồng tình "Chúa cũng nói với tôi như vậy".

Sự việc tiếp theo xảy ra một cách hết sức bất thường. Người thứ ba lên tiếng "Chúa cho tôi thấy một hình ảnh trong tâm linh: Một con heo rừng đang cắn xé một vườn nho".

Ấy là điều lạ, tôi nghĩ thầm. Lại một người nữa hào hứng phát biểu "Chúa gợi cho tôi nhớ lại một câu Kinh Thánh, tôi tìm đọc và quả thật câu ấy nói về một con heo rừng trong vườn nho". Nói đoạn, ông lớn tiếng đọc trong Thi thiên 80: 8-13. Sự kinh ngạc bắt đầu thể hiện trước các gương mặt. Ai cũng cảm thấy có một điều gì thiêng liêng vĩ đại đang vận hành giữa vòng anh em chúng tôi.

Chúng tôi cứ hai người một nhóm, cuối đầu xuống cầu nguyện

thêm, xin Chúa cho chúng tôi hiểu ý nghĩa vườn nho và con heo rừng. Đây là một phân đoạn Kinh Thánh kỳ lạ.

Rồi một người nêu ra ý kiến: Có lẽ Chúa muốn sử dụng con heo rừng tượng trưng cho linh bất đồng tôn giáo, còn vườn nho tượng trưng cho thành phố Giê-ru-sa-lem.

Tất cả mọi sự trở nên sáng tỏ, ai nấy trong phòng đều hiểu ra. Ít nhất tôi biết điều ấy có lý trong tôi.

Tâm trí tôi được gợi lại thời gian đến thăm Xứ Thánh. Giê-ru-sa-lem là nơi chôn nhau cắt rốn của ba tôn giáo lớn: Do Thái giáo, Cơ Đốc giáo và Hồi giáo, đồng thời là bãi chiến trường đẫm máu của cả ba tôn giáo ấy trong nhiều thế kỷ. Tôi cảm thấy giận dữ trước sự bất hòa ở Giê-ru-sa-lem, một thành phố mà tên của nó mang ý nghĩa "Hòa bình". Đây là nơi tập trung đủ các hình thức hành đạo, lễ nghi, phong tục cúng tế, đền thờ, nhà hội, ngày thánh . . . như là khu triển lãm tôn giáo vậy.

Các chi nhánh của Đạo Cơ Đốc cùng cạnh tranh, giành giật sự chú ý. Ai cũng xưng nhà thờ mình *thực sự* được xây cất trên địa điểm mà Chúa Jêsus đã từng đặt chân. Một lăng tẩm nọ được các phe phái thay nhau làm chủ, có lần các thầy tế lễ đã "thượng chân, hạ tay" đánh lộn nhau vì một người thắp lầm những cây nến thuộc về một giáo phái khác.

Trong buổi nhóm, sau khi hiểu ra ý nghĩa con heo rừng và vườn nho, chúng tôi khẩn thiết cầu thay cho nền hòa bình của thành phố Giê-ru-sa-lem, chúng tôi xin Chúa chấm dứt sự bất đồng tôn giáo đã tàn phá Giê-ru-sa-lem qua nhiều thế kỷ.

Rồi một người, trước đã nhận khải tượng về con heo rừng, đứng dậy tuyên bố "Tôi vẫn còn thấy con heo rừng đứng đó, nó cứ nhìn chằm chằm vào mắt tôi và nhất định không chịu nhúc nhích".

Tôi cảm thấy lạnh gáy. Đúng rồi, quỷ Sa-tan đang chế nhạo chúng tôi. Dù cầu nguyện khẩn thiết bao nhiêu chăng nữa, chúng tôi cũng bất lực.

Một vị lãnh đạo khác nói to sứ điệp của Chúa rằng: "Các ngươi không thể đánh đuổi được linh bất đồng tôn giáo kia bởi vì các ngươi không có sự hiệp một".

Hội đồng bị dừng lại sau bốn ngày rưỡi hội họp. Không phải mọi người trở về trong sự hòa thuận hay đồng ý với nhau, nhưng Chúa đã bắt đầu một quá trình hạ mình nơi công cộng cũng như chốn riêng tư. Trong suốt bốn ngày rưỡi, nhiều người đứng lên xưng tội và xin được tha thứ vì sự vu khống đối với những vị lãnh đạo khác dưới cái dù bảo vệ tín lý. Không ai còn nóng nảy nữa khi rời khỏi hội đồng. Mặc dù vẫn không cùng quan điểm, chúng tôi có thể yêu mến lẫn nhau. Sự bất đồng tôn giáo không còn chỗ đứng.

Đối với tôi, kinh nghiệm này như sự xuất hiện của phần cuối mớ len rối rắm, nó giải thích vì sao chúng ta thường bất lực đối với Sa-tan. Tôi bắt đầu hiểu ra nguyên tắc vận hành trong linh tương phản trong chiến trận thuộc linh.

Trong đời sống, nhiều Cơ Đốc nhân phải vật lộn với cảm giác bất lực đối với sự tối tăm. Chúa đã ban cho chúng ta uy quyền trên đất cả trên thế lực của kẻ thù. Chúa bảo đảm sự đắc thắng khi chúng ta tham gia cuộc chiến chống lại ma quỷ. Lời Chúa cho biết cửa địa ngục không thể khuất phục được Hội thánh của Chúa. Tuy nhiên trong lời cầu nguyện cũng như trong công tác truyền giáo, chúng ta không thể có năng lực hoặc uy quyền đối với Sa-tan, nếu chúng ta không vận hành trong linh tương phản và thái độ đối nghịch với hắn ở trong bất cứ hoàn cảnh nào.

Khi Chúa Jêsus sai bảy mươi môn đồ đi phục vụ trước Chúa, Ngài phán rằng: "Ta sai các ngươi đi như chiên giữa đàn sói". Thông thường chó sói chẳng tỏ vẻ lịch sự trong chuyện ăn thịt những con chiên. Nhưng trường hợp này thì có.

Trong chiến tranh giải phóng loài người ra khỏi vòng nô lệ của Sa-tan. Chúa không chủ định dùng sức, mặc dù Chúa mạnh hơn hắn hàng tỷ tỷ lần và thiên sứ của Chúa nhiều gấp đôi thiên sứ phản loạn. Chúa dùng những người nhu mì nhưng không nhu nhược. Những con chiên thượng đẳng!

Chúa cũng không quan tâm đến chuyện đi đường tắt. Có khi nào chúng ta suy nghĩ về sự cám dỗ của Chúa Jêsus trong sa mạc không? Những điều gì được Sa-tan gợi ý cho Chúa? Tôi tin rằng Sa-tan muốn Ngài đi đường tắt, để tránh sự đau đớn, nhục nhã trên cây thập tự giá, hy vọng hoàn thành ý chỉ của Đức Chúa Trời theo cách của ma quỷ.

Sa-tan hứa cho Chúa Jêsus tất cả vương quốc của thế gian nếu Chúa chịu quì gối thờ lạy hắn. Mục đích của Đức Chúa Trời sai Con Ngài xuống thế gian để ban cho Con quyền thống trị các dân. Như Khải huyền 11:15 cho biết một ngày kia các vương quốc trên thế gian sẽ trở nên Nước Chúa. Nói một cách khiêm nhường hơn: Nước Chúa đã đến qua Hội thánh, nhưng sẽ có ngày Nước Chúa sẽ đến một cách trọn vẹn khi Chúa Jêsus tái lâm.

Ma quỷ hứa cho Chúa Jêsus đạt được mục đích ấy một cách tức thời, bỏ qua sự chịu dựng sự đau đớn trên cây thập tự giá và sự vâng phục của các thế hệ Cơ Đốc sau này.

Chúng ta học được bài học gì? Chúng ta phải từ chối ma quỷ như Chúa Jêsus đã làm. Chúng ta cần phân biệt, phát hiện ra mánh khóe của ma quỷ khi hắn gợi ý chúng ta nên đi đường tắt, hy vọng thực hiện ý chỉ của Đức Chúa Trời theo phương cách của hắn.

Có khi nào chúng ta tự hỏi vì sao Chúa không ném Sa-tan vào vực thẳm không đáy, kết liễu quyền lực và ảnh hưởng xấu xa của hắn? Thực ra có muôn vàn câu trả lời khác nhau, cần có cả một cuốn sách dày để chép lại, nhưng ở đây tôi chỉ chú trọng vào ba cách giải thích sau đây.

Tôi tin rằng Sa-tan được phép hoành hành để Chúa có thể phá hủy công việc của hắn qua sự vâng phục của chúng ta. Sa-tan đến trong sự tối tăm. Sự vâng phục của chúng ta đối với Đức Thánh Linh như công tắc đèn. Thông thường chúng ta nói về vận tốc ánh sáng, nhưng anh bạn của tôi là Campbell McAlpine lại nói về vận tốc bóng tối, bóng tối luôn chạy trước ánh sáng với tốc độ tương đương 186,000 dặm hay 300,000 cây số một giờ. Vậy muốn đuổi bóng tối một cách nhanh chóng, chúng ta phải bật công tắc đèn lên.

Nhiều năm trước, chúng tôi mướn phòng, tổ chức khóa huấn luyện tại khách sạn Hilo miền Đông của Hawaii. Cơ sở thật lý tưởng, đủ chỗ ở cho nhiều sinh viên và có một phòng lớn để làm giảng đường. Chúng tôi dự định mướn cơ sở này cho một mùa hè, sau đó sẽ rời sang bên Kona, phía Tây quần đảo Hawaii. Một ngày kia, chủ khách sạn đến gặp chúng tôi va cho biết rằng có một nhóm sẵn sàng trả tiền mặt để chúng tôi dọn đi sớm hơn. Tuy nhiên mọi chuyện đâu có đơn giản như vậy.

Nhóm người mới này là một tổ chức mang tính chất tôn giáo Đông Phương pha trộn với ma túy và tình ái loạn luân. Họ thờ phượng một giáo chủ gọi là Gu-ru, sau này chúng tôi còn biết đến chuyện họ còn giết một em bé mới sinh để làm của tế lễ. Họ xin biếu tặng hai ngàn đô-la để chúng tôi dọn sớm đi hai tuần trước khi hết hạn thuê mướn.

Mặc dù có đủ tư cách từ chối họ bởi thời hạn sử dụng khách sạn chưa hết, chúng tôi đến với Chúa trong lời cầu nguyện và thỉnh cầu ý Ngài. Chúa làm cho chúng tôi ngạc nhiên bởi câu trả lời "Hãy dọn đi, đừng bận tâm cãi cọ với họ". Một câu Kinh Thánh được gợi nhớ trong tâm trí tôi 2 Sa-mu-ên đoạn 5. Ở đây Chúa phán cho Đa-vít và quân đội của ông cứ chờ đợi Chúa bởi vì Chúa dự định sẽ đi trước họ và tấn công đạo quân Phi-li-tin. Dường như Chúa đang mô tả về một trận phục kích vô hình.

Tôi ngồi yên suy gẫm về ý nghĩa của Chúa chỉ dẫn. Phải chăng Chúa muốn "phục kích" nhóm người này? Vì sao Chúa muốn chúng tôi bằng lòng rời khỏi chốn này mà không có một sự kháng cự?

Thủ lĩnh của nhóm kia cử hai thiếu nữ ăn mặc hở hang đến

thuyết phục chúng tôi. Ngồi rung chân trên hai chiếc ghế nhựa ngoài sân cỏ, họ nhắc lại dự định muốn tặng hai ngàn đô-la nếu chúng tôi đồng ý dọn đi. Tôi cho họ biết một cách lịch sự nhưng chắc chắn rằng chúng tôi sẽ dọn đi ngay lập tức và sẽ không động đến một xu của họ.

"Ủa, tại sao vậy?" một cô kinh ngạc rướn người lên và hỏi, rõ ràng họ sẵn sàng cãi cọ nếu bị từ chối, nhưng họ không ngờ sự chấp thuận không điều kiện của chúng tôi.

Kể từ khi biết đến nhóm người này, chúng tôi thường tha thiết cầu nguyện để họ được cứu và tiếp nhận Chúa Jêsus là Đức Chúa Trời duy nhất và Cứu Chúa của cuộc đời họ. Bây giờ có dịp nói chuyện với hai cô gái trên sân cỏ sau nhà, tôi chụp cơ hội chia sẻ về Chúa, vì sao Ngài là Đấng duy nhất đáng được thờ phượng và đầu phục. Tôi cũng cho họ biết rằng chúng tôi dọn đi sớm hơn chỉ vì đó là ý muốn của Chúa. Rồi tôi cảnh cáo họ về cạm bẫy thuộc linh mà họ đang vương vấn. Dường như với cái giá hai ngàn đô-la tôi đã mua được một cơ hội làm chứng tuyệt vời cho hai thiếu nữ về Chúa Jêsus.

Sau khi chúng tôi chuyển đến Kona, nhóm người này dọn vào khác sạn Hilo, đặt một ngai vua trong căn phòng mà trước đây chúng tôi dùng để cầu nguyện, thờ phượng Chúa kính yêu và nghe giảng Lời Hằng Sống. Họ mời Gu-ru lên ngai rồi quì gối bái phục hắn . . . khi nghe tin này da tôi nổi gai ốc và tôi nhớ lại ý nghĩa lạ lùng về việc Chúa đang "phục kích".

Tám tuần sau, Gu-ru đi chơi diều, một loại diều lớn mà người ta có thể đu trên đó và lượn trong không trung nhiều giờ. Một cơn gió bất thường nổi lên và thổi anh ta vào sườn núi đá lởm chởm bên bờ biển.

Môn đồ của Gu-ru đem cái xác dập nát về khách sạn, khăng khăng từ chối việc tẩn liệm bởi họ cho rằng sau ba ngày thi hài đang thối rữa của hắn sẽ hồi sinh. Họ vỡ mộng. Chúa đã "phục kích" họ.

Tiếp đó ca sĩ Pat Boon cho tôi hay rằng con gái người hàng xóm ông cùng với ít nhất một người khác từng tham gia nhóm tà giáo này đã trở nên môn đồ Chúa Jêsus. Nhóm tà giáo tự tan rã.Sau khi đã có cơ sở riêng ở Kona, chúng tôi còn quay lại khách sạn Hilo một lần nữa để tiến hành chương trình huấn luyện Cơ Đốc. Chúng ta có thấy không, bóng tối chạy trốn trước ánh sáng. Tất cả mọi việc chúng tôi thực hiện là vâng phục Chúa, làm chứng cho Chúa và từ chối hai ngàn đô-la nhơ nhớp.

Lý do thứ hai Đức Chúa Trời cho phép và sử dụng những cuộc công kích của Sa-tan để mở mang bờ cõi Vương Quốc của Đấng Christ. Chúng ta sẽ chiếm thêm những lãnh thổ mới cho Chúa nếu chúng ta biết phản ứng một cách đứng đắn đối với những chiến thuật của ma quỷ. Có lẽ những sự kiện xảy ra trong thế kỷ đầu tiên ngay sau khi Chúa Jêsus trở về thiên đàng là sự minh họa sinh động nhất.

Chúng ta hãy tưởng tượng một nhóm Cơ Đốc nhân ít ỏi phải đương đầu với một đạo quân cường bạo của một đế quốc vĩ đại với hàng trăm hàng nghìn tinh binh đã từng chinh phục các dân tộc trên thế giới thời bấy giờ làm nô lệ để thỏa mãn những tham vọng của dân La Mã và sự điên khùng của hoàng đế họ. Nay đạo quân ấy quay về trong cơn thịnh nộ đối với những tín hữu dám công bố Con Trời đã giáng trần, chết và phục sinh ở xứ Do Thái hẻo lánh, xa xôi kia.

Cơ Đốc nhân thời đó trả lời sự tàn bạo với thái độ tương phản. Hàng nghìn người chịu chết một cách nhu mì dưới hình thức tử hình man rợ nhất mà các thế hệ hoàng đế La Mã có thể tưởng tượng ra. Tuy nhiên người nhu mì lại là người thắng cuộc. Khi Cơ Đốc nhân bị xé xác ra từng mảnh bởi những con sư tử đói trên đấu trường, hàng ngàn người được chứng kiến niềm tin mãnh liệt của họ và quyết định tham gia hàng ngũ của Chúa. Trong vòng vài trăm năm, đạo Cơ Đốc trở nên quốc giáo. Cuối cùng đế quốc hùng mạnh nhất trên thế gian bị chôn vùi trong sự hoang tàn đổ nát trong khi Đạo Chúa tiếp tục sinh sôi nẩy nở trên tất cả ác lục địa và sắc dân. Quả nhiên "người nhu mì hưởng được đất" y như lời Kinh Thánh đã dạy.

Lý do thứ ba mà Chúa Jêsus cho phép kẻ thù tấn công chúng ta hầu qua đó Ngài cung ứng cho chúng ta các nhu cầu tâm linh, tinh thần, tình cảm, sinh lý và vật chất . . .

Bằng quyền năng của Chúa, Sam-sôn đã giáng cho con sư tử một đòn chí tử khi nó nhảy chồm lên ông. Sau đó ít ngày, ông quay lại và tìm thấy mật ong trong xác con mãnh thú. Ông lấy tay vốc mật để ăn rồi sáng tác một câu đố cho những người Phi-li-tin rằng: "Của ăn ra từ giống ăn, vật ngọt lấy từ giống mạnh, đó là cái gì?" Câu chuyện này minh họa một nguyên tắc của Chúa cho chúng ta.

Sa-tan đến gần chúng ta như con sư tử đói gào rống tìm mồi. Nhưng trong mỗi cuộc chiến mà Chúa cho phép xảy ra, Ngài luôn dự bị cho chúng ta những phước hạnh không ngờ. Khi vận hành trong linh tương phản. Chúa khiến kẻ bất chính tàng trữ kho báu cho người công bình (Châm ngôn 13:22).

Sách Ê-xơ-tê cho biết câu chuyện của một tên vô loại đầy khát vọng được Sa-tan dấy lên nghịch cùng một người lương thiện. Ha-man bị treo cổ trên cây gỗ mà hắn tự dựng lên để hại Mạc-đô-chê, còn Mạc-đô-chê lại được thừa hưởng dinh thự xinh đẹp cùng tất cả gia tài của Ha-man. Đúng vậy Chúa buộc kẻ bất chính tàng trữ cho người công bình.

Chúa Jêsus dạy chúng ta ra đi như những con chiên. Trong mỗi một cuộc xung đột, nếu chúng ta phản ứng như mọi người trong thế gian, dùng lửa chọi lửa hay dùng đá chọi đá, chúng ta không còn là con chiên nữa nhưng trở nên chó sói vậy.

Gary MacKenney một người bạn của tôi đang lãnh đạo công tác truyền giáo ở Tây Ban Nha, kể lại một câu chuyện như sau.

Khi Gary đang thăm cha mẹ mình ở New York, hai hội viên của nhóm tà giáo đến đứng trước của nhà anh. Nghe tiếng gõ cửa,

Gary thầm hỏi Cha thiên đàng xem mình nên làm những việc gì. Ngài gợi ý cho anh nên chia sẻ những gì mà anh học hỏi được về Chúa Jêsus khi anh tĩnh nguyện buổi sáng hôm đó. Sau khi mời họ vô nhà, Gary bắt đầu tâm sự về Chúa Jêsus. Anh khéo léo tránh bị lôi kéo vô những chuyện cãi vã, đấu lý và tập trung vào chủ đều chính là Chúa Jêsus thực hữu đối với anh ra sao. Ngài đã ban phước cho anh trong những tuần qua như thế nào. Thay vì chủ động khiêu khích, Gary tham gia cuộc tranh luận mà họ đã chuẩn bị sẵn, hai người khác mở lòng lắng nghe anh một cách yên lặng và hỏi thêm những câu hỏi chân tình.

Trong khi nghe câu chuyện của Gary, lương tâm tôi cảm thấy nhức nhối khi tâm trí gợi lại một dịp chạm trán với hội viên của nhóm tà giáo quốc tế này. Nhưng cách xử sự của chúng tôi khác hẳn.

Lúc đó, tôi đang tham gia chiến dịch đi từng nhà làm chứng ở thành phố Seattle. Mỗi một ngày chúng tôi chia nhau cứ hai người một đội đi nói chuyện với mọi người về Chúa. Ngày hôm đó, tôi đi cùng với một người bạn thân của tôi trong chức vụ mục sư. Chắc hôm nay sẽ là một ngày đầy hứng thú, tôi thầm nghĩ.

Khi tới một căn nhà không gì khác biệt với những căn nhà ngoại ô, chúng tôi gặp một người đàn ông hói trán, tuổi chừng ba mươi, người vững chãi. Khác hẳn với thái độ "từ chối người bán rao" như ở những nhà khác, ông này sốt sắng gọi chúng tôi vào nhà, đặt ghế mời ngồi rồi bắt đầu câu chuyện.

Khi anh bạn của tôi vừa mở quyển Kinh Thánh, chủ nhà nổ phát súng đầu tiên: "Các anh nghĩ gì về Ba Ngôi Đức Chúa Trời?"

Tôi liếc nhìn bạn tôi, anh nhìn lại với một nụ cười hóm hỉnh, vì chúng tôi biết mình đang đối diện với ai rồi. Tôi hỏi chủ nhà xem anh ta có thuộc hội kia không, anh ta gật đầu và còn tự khoe mình là một trong những bậc lãnh đạo địa phương của họ.

Chúng tôi bắt đầu bày binh bố trận cho một cuộc tranh luận lịch liệt. Chắc không có ai được chuẩn bị kỹ hơn để chứng minh sự sai quấy của tà giáo đó như anh bạn tôi và tôi. Chúng tôi pháo kích thành lũy của chủ nhà bằng những câu Kinh Thánh và ngược lại, anh ta phản công lại cách mãnh liệt củng bằng những câu Kinh Thánh khác. Lý lẽ một chọi một, không phân thua thắng bại.

Đó là một cuộc tranh luận vĩ đại. Sau một hoặc hai giờ tôi để ý thấy chủ nhà bắt đầu hết đạn và mất hết kiên nhẫn. Anh ta đứng bật dậy một cách giận dữ và mời chúng tôi ra khỏi nhà.

Bạn tôi và tôi đi tiếp xuống cuối phố với quyển Kinh thánh trong tay, vừa đi vừa cười một cách khoái trá, chúc mừng nhau vì đã chiến thắng những lý luận trau chuốt của anh chàng thủ lĩnh tà giáo đầy kinh nghiệm kia.

Một năm sau, khi ngồi nghe Gary nói chuyện, đầu tôi gục xuống trong sự hổ thẹn. Tôi nghĩ là tôi đã chiến thắng nhưng thực ra tôi đã thất bại. Cách xử sự với thái độ mềm mại, yêu thương của Gary đối với hai người kia thật quá khác hẳn với cách xử sự của chúng tôi ở thành phố Seattle. Tôi chỉ mong sao Gary sớm kết thúc câu chuyện để chạy ra khỏi nhà . . .

Sau đó tôi ngồi một mình, cầu nguyện xin Chúa tha thứ tội lỗi cho mình. Tôi đã vi phạm nguyên tắc vận hành trong linh tương phản. Nhóm tà giáo này nổi tiếng về thái độ tranh cãi hung hãn, bị điều khiển bởi linh bất đồng tôn giáo . . . Thay vì trả lời trong linh tương phản là thái độ khiêm nhường, tôi bị mắc bẫy và vận hành tron một linh đang chế ngự những người kia. Hôm ấy ở Seattle, chúng tôi đã chiến thắng một cuộc tranh luận, nhưng đã để lại một nạn nhân bị thương tổn và bị đẩy xa hơn khỏi Phúc Âm của Chúa.

Xung quanh chúng ta có rất nhiều sự hiện hình của ma quỷ qua sự vận hành của tà linh. Một trong những linh lan tràn nhiều nhất trong xã hội ngày nay là linh ham muốn. Chúng ta có bao giờ cảm thấy lòng ham muốn được biểu lộ trên nét mặt của một con người không? Tôi có dịp chứng kiến điều đó. Nhiều năm về trước, chúng tôi đang cố gắng mua một cơ sở để xây dựng trường đại học cho Các Dân Tộc ở Kona, Hawaii.

Cơ sở ấy là một khách sạn bị phá sản từ tám năm nay, mà một vài phe phái đang giành giật quyền được mua. Nhiều người không nhà cửa đã dọn vô sống một cách bất hợp pháp với sự đồng tình của tay quản trị là người bỏ tiền thuê nhà vào túi riêng mình. Cỏ dại mọc lên tràn ngập xung quanh tòa nhà vì không có người chăm sóc. Chúng tôi được biết về những hành động bất chính xảy ra ở đó như buôn bán ma túy và mại dâm. Những người hàng xóm còn chỉ ra sự tham nhũng của chính quyền địa phương trong khi giải quyết số phận của cơ sở này.

Vậy Chúa ban cho chúng tôi mua được nó. Khi cầu nguyện, chúng tôi cảm nhận một cách chính xác số tiền mặt phải trả trước và kế hoạch thanh toán món nợ còn lại.

Đến ngày đấu giá, tôi cùng luật sư của tôi bước vào căn phòng lịch sự một cách tin cậy, sẵn sàng trả giá. Trên những hàng ghế tôi để ý thấy những khuôn mặt của các phe phái cùng luật sư của họ hết sức sốt ruột muốn mua ngay khách sạn.

Các luật sư lần lượt đứng lên phát biểu ý kiến bảo vệ quyền của khách hàng họ. Những đòi hỏi tiếp tục thêm lên và cuộc cãi vã trở nên kịch liệt. Tôi cảm giác họ như đám con nít, đứa nào cũng khư khư nắm chặt một góc của một món quà. Linh ham muốn hiện ra một cách thực thể trong bầu không khí của căn phòng. Những kẻ bán khách sạn thay cho chủ nhân đang đòi một giá bốn lần nhiều hơn giá mà chúng tôi sẵn sàng chấp nhận.

Từ chiếc ghế thẩm phán ở trên cao, vị quan tòa nói vọng xuống với tôi rằng: "Ông Cunningham, tôi biết ông cũng muốn trả giá phải không?"

Chúng tôi chẳng có bao nhiêu, nhưng chúng tôi có Lời của Đức Chúa Trời. Vậy tôi đứng dậy một cách tự tin và báo cho quan tòa biết về món tiền mà Chúa đã ấn chứng trong lòng chúng tôi. Phần còn lại chúng tôi sẽ có được qua một cách nào đó.

Sau khi trở nề Kona tôi gọi anh em lại để cầu nguyện. Tôi cảm thấy muốn bệnh vì sự tham lam mà tôi đã chứng kiến ở tòa án, nhưng liệu chúng tôi có xử sự khác họ không? Liệu chúng tôi có sốt ruột muốn mua cơ sở đó như những người khác trong phòng không?

Tôi tự kiểm điểm một cách hết sức khách quan thái độ và động cơ của chúng tôi đối với việc mua cơ sở này. Rõ ràng chúng tôi khác họ. Chúng tôi không có lợi nhuận cá nhân trong công việc mua bán, chúng tôi chỉ dùng nó để phục vụ Chúa một cách khiêm tốn nhưng không nhượng bộ. Không những chúng tôi muốn cơ sở này với những mục đích khác biệt nhưng chúng tôi còn dự định mua nó với một phương cách khác biệt nữa. Chúng tôi sẽ vận hành trong linh tương phản với linh ham muốn. Rộng rãi là tương phản với tham lam.

Chúng tôi có hai trăm năm mươi nhân viên và sinh viên ở Kona khi tiến hành chương trình mua khách sạn. Mỗi một chúng tôi đều dốc ngược ví quyên góp được 50,000 đô-la làm tiền đặt cọc, nhưng vẫn không đủ số tiền người ta đòi hỏi.

Trước đó, chúng tôi đã tiết kiệm được một món tiền lớn để mua tàu thủy chở đồ cứu tế và Lời Chúa đến các hải cảng của những nước nghèo đói. Chúng tôi cầu nguyện và đặt niềm tin vào sự cung ứng con tàu đó đã lâu. Cuối cùng chúng tôi quyết định đem số tiền tiết kiệm đáng giá hàng triệu đô-la tặng cho hội truyền giáo Huy động Tổng lực (OM) khi họ dự định mua tàu cho công việc Chúa.

Sau đó, một cơ quan khác là "Sao Mai" đã tặng chúng tôi một cơ sở giá trị gấp mười lần số tiền chúng tôi vừa gửi đi cho OM. Nhờ quyền sở hữu cơ sở đó, chúng tôi có đủ điều kiện mượn tiền nhà băng trong việc mua khách sạn. Cảm tạ Chúa, tuy còn phải chờ đợi, nhưng chúng tôi biết rằng mình đang đi đúng hướng.

Quá trình mua khách sạn kéo dài từ ngày này qua tháng kia. Chúng tôi tiếp tục cầu nguyện, dâng hiến, đặt đơn mượn tiền ngân hàng, ca ngợi Chúa bằng đức tin và chờ đợi kết quả cuối cùng.

Trong khi chờ đợi, Chúa thách thức chúng tôi thể hiện tinh thần rời rộng vượt quá sự dâng hiến về tiền mặt. Mỗi chúng tôi đều cầu nguyện hỏi Chúa xem mình cần đem tặng những gì của mình cho người khác. Công việc này không nhằm mục đích gây quỹ nhưng để thực hiện tính rộng rãi là đối lập với tham lam đang vận hành lúc bấy giờ.

Qua vài ngày, từng người vào phòng riêng tâm sự với Chúa rồi đem ra những vật quý giá của mình. Một gia đình đem tặng hàng xóm bức tranh sơn dầu rất đẹp. Một gia đình khác tặng những đồ dùng trong nhà, hay những bộ quần áo mình ưa thích. Một thiếu niên tặng bạn của mình bộ dụng cụ lướt sóng mà em đã dành dụm nhiều tháng để mua rồi nhận lại một đôi giày trượt pa-tanh rẻ tiền. Khi chia sẻ của cải, chúng tôi không cảm thấy đau đớn nhưng vui vẻ như người ra tặng quà nhân dịp Lễ giáng sinh.

Chúng tôi chứng kiến sự tham lam bị đánh gục trong bầu không khí thuộc linh. Những kẻ vô tín cho rằng đây là hên xui, nhưng hai trăm năm mươi nhân viên trong cơ quan truyền giáo biết rõ rằng hành động chia sẻ rời rộng đã cho phép chúng tôi mua được khách sạn với điều kiện và mức giá mong muốn – bằng một phần tư giá người ta đòi hỏi.

Có nhiều điều khác nữa mà cho dù mắt trần không thấy được. Chúng ta có thể phát hiện những điều đó qua thái độ, phản ứng, sự vận hành của chúng qua từng hoàn cảnh. Chúng là một cá nhân, có tên riêng, có cá tính, có ảnh hưởng đến thái độ và cách xử sự của chúng ta. Cũng như Đức Thánh Linh là một cá nhân, quỷ Sa-tan và các thiên sứ phản loạn theo hắn đều là những cá thể. Chúng ta có thể bị ảnh hưởng bởi một tà linh qua sự bày tỏ thái độ giống hệt nó. Hay tệ hơn, chúng ta có thể đồng hành cùng linh ấy trong những bước xa hơn và cuối cùng bị nó chi phối hoàn toàn. Dù chỉ ảnh hưởng một phần, trong một vài giờ hay vài ngày, chúng ta không thể dành chiến thắng cho Chúa cho đến khi tự dứt mình ra khỏi sự ràng buộc của tà linh và vận hành một cách tương phản – cách của Chúa Jêsus.

Ví dụ, đối với sự bất tín, chúng ta phải vận hành trong sự trung tín. Chúng ta phải tập chú vào Chúa hơn là đầu tư vào việc kiểm nghiệm sự khác biệt cá nhân trong Hội thánh. Chúng ta đã có quà nhiều bức tường ngăn cách trong thân thể của Đấng Christ, đã đến lúc chúng ta phải xây dựng những chiếc cầu để nối liền những ngăn cách đó. Trong khi người ta thích chỉ trích hành động, động cơ, tín lý của người khác, hoặc Cơ Đốc nhân này vạch lỗi của Cơ Đốc nhân kia trên hệ thống truyền thông quốc gia, chúng ta cần phải quay lại với nhau trong sự trung tín. Tôi không nói về một sự trung tín mù quáng nhưng nói về sự trung tín bao gồm sự tha thứ và hứa nguyện cộng tác mặc dầu có những khác biệt và sai sót. Nếu cần phải giải đúng sai thì chúng ta làm việc một cách kín đáo riêng tư (Ma-thi-ơ 18:15) "Hãy luôn luôn tỏ lòng yêu thương vì tình yêu khỏa lấp mọi tội lỗi". Và "nếu có tín hữu nào bị tội quyến rũ, anh em là người có Thánh Linh hãy lấy tinh thần dịu dàng khiêm tốn dìu dắt người ấy trở lại con đường chính đáng". (1 Phi-e-rơ 4:8; Ga-la-ti 6:1).

Sa-tan cũng thường vận hành trong linh tự lập, bất cần. Hắn muốn chúng ta nghĩ rằng chúng ta và nhóm của mình có thể đứng vững không cần liên hệ với ai khác. Trong quyển sách "Ánh sáng và sự vinh hiển", Peter Marshall và David Manuel mô tả quá trình định cư của những người hành hương từ châu Âu đến Bắc Mỹ. Họ hứa nguyện với nhau trong sự tương giao nhằm chinh phục linh hồn của những thổ dân da đỏ cho Chúa Jêsus và thiết lập một quốc gia làm bàn đạp cho sự nghiệp truyền bá Phúc Âm trên khắp thế giới. Trong buổi đầu, họ trung tín trong tinh thần đó và có nhiều dân bản xứ đầu phục Đức Chúa Jêsus Christ.

Rồi linh tự lập bắt đầu xuất hiện. Khi mỗi người nhận được 300 mẫu tây đất cho mình, họ bắt đầu theo đuổi sự giàu có cá nhân hơn là hứa nguyện trước đó. Tiếp theo đó là những cuộc nổi loạn của thổ dân đưa đến bất hòa giữa người da đỏ và người da trắng. Nội chiến và thảm sát đẫm máu kéo dài suốt hai thế kỷ và Hoa Kỳ đã đánh mất khải thị truyền giáo của những di dân đầu tiên.

Ngày hôm nay, Hoa Kỳ vẫn tiếp tục trong thái độ kiêu ngạo và bất cần. Đó là nguyên nhân của sự phân chia trong một số giáo phái thành những nhóm nhỏ, nhóm nào cũng cho rằng mình không thể học được gì từ nhóm khác, mình đã có đủ, mình chẳng cần đến ai nữa. Đó là sự hiện diện của linh tự lập bất cần. Chúng ta có thể làm nó khuất phục bằng cách tự vận hành trong linh *phụ thuộc lẫn nhau*. Chúng ta phải tự nhận mình cần đến người khác và hứa nguyện với nhau trong tinh thần hiệp một và khiêm nhường.

Đối với sự loạn luân, chúng ta phải sống thánh khiết.

Trong thập niên 50, người dân Hoa Kỳ ý thức được tính nghiêm trọng của nạn nghiện ngập ma túy bởi những hành vi cường bạo của đám thanh thiếu niên lưu manh ở nội ô thành phố. Ai đã được Chúa thiết lập nên để làm tiên tri cho Ngài trong trường hợp này? Phải chăng một người trước cũng từng nghiện ngập? Hay một người đã từng quen sống ngoài đường phố, thông thuộc mọi lề lối của xã hội đen? Không, không đâu! Chúa sử dụng David Wilkerson – tác giả của quyển sách "Thập tự giá và con dao bấm", một mục sư mảnh dẻ, xuất thân từ chốn quê mùa, hoàn toàn ngây thơ trước hệ thống tội lỗi trong thành phố New York.

David Wilkerson là một hình ảnh phản diện với những tay anh chị hung hãn trong công tác ban phát sứ điệp của Chúa Jêsus. Đây là sự minh họa của nguyên tắc chiến thắng và vận hành trong linh tương phản.

Có lần David bị những thành viên của xã hội đen bao vây, thủ lĩnh của họ kề dao găm lạnh lẽo vào cổ với lời hằn học đe dọa đòi giết ông. David trả lời một cách bình tĩnh và thành thật: "Dù các anh cắt tôi ra từng mảnh, thì mỗi một mảnh của thân thể tôi vẫn yêu mến các anh".

Chúng ta đang chứng kiến thời đại hưng thịnh của linh khước từ và xa lánh. Nhiều người bị thương tổn trong thời thơ ấu thường ngộ nhận rằng hầu hết mọi người đều có phản xạ tiêu cực đối với mình. Phần lớn nếp sống loạn luân bắt nguồn từ sự mặc cảm bị bỏ rơi. Những người đàn ông, đàn bà tìm kiếm sự đồng tình của xã hội và sự xác nhận giá trị bản thân qua tất cả mọi hình thức tình dục dâm loạn khác nhau.

Chúng ta, những người Cơ Đốc, đồng ý rằng mọi người đều phạm tội. Chúa Jêsus đã hy sinh đền tội cho tội nhân và Chúa sẵn sàng tha thứ cho tất cả những ai sẵn lòng đến với Ngài trong sự ăn năn, thú tội, quyết tâm từ bỏ nếp sống tội lỗi. Tuy nhiên có một loại tội lỗi dường như khó tha thứ hơn các tội lỗi khác, có một nhóm tội nhân mà hầu hết các Cơ Đốc nhân xa lánh hơn các tội nhân khác. Đó là những người đồng tính luyến ái. Nhiều Cơ Đốc nhân còn cho rằng đây là loại người không thể thay đổi hay được cứu, cũng như tội tình dục đồng giới là một tội không thể tha thứ.

Chúng ta có thể nói rằng mình ghét tội lỗi và yêu mến tội nhân, nhưng có mấy người sẵn lòng bước đến với một người đồng tính luyến ái, vòng tay bá vai người đó và nói "tôi yêu bạn?" Dù chúng ta có làm việc đó, người ta dễ dàng phân biệt đâu là tấm lòng thương mến thực sự và đâu là lớp vỏ tình yêu giả tạo che đậy thái độ ghê tởm bên trong.

Tôi đã đi đến kết luận tình dục đồng giới là tội lỗi, là sự lựa chọn sai trái của một cá nhân chứ không phải là tình trạng sinh lý bẩm sinh. Nó là sự cám dỗ đặc biệt đối với những người đã từng mặc cảm bị khước từ. Họ mong mỏi tình yêu và tìm kiếm nó qua phương cách trái nghịch với tình yêu là ham muốn thỏa mãn sinh lý. Đây là một cái vòng lẩn quẩn, ngược đời tàn bạo. Mặc cảm bị khước từ dẫn họ đến tình dục đồng giới, tình dục đồng giới dẫn tiếp đến sự ghê tởm trong xã hội và sự xa lánh hơn nữa của mọi người. Điều đó càng đẩy họ đi sâu vào con đường tội lỗi. Tình yêu giả mạo giữa những người đồng tính luyến ái là một vòng nô lệ cường bạo, không có cách nào bẻ gãy trừ phi chúng ta tiếp nhận nạn nhân với tấm lòng thương mến thật thà mà họ mong mỏi ngay từ ban đầu.

Bây giờ là sự lan rộng của bệnh si-đa (mà nguyên nhân chủ yếu ở phương Tây là tình dục đồng giới) đã gây ra một làn sóng khước từ khổng lồ. Có một người đồng tính luyến ái đang nằm chờ chết vì bệnh si-đa ở bệnh viện Dallas, bang Texas. Một người làm công tác tình nguyện trong bệnh viện cầm tay giúp anh ta viết bản chúc thư. Đột nhiên cô thấy giọt nước mắt trào ra trên gò má bệnh nhân. Cô rướn người tới, vòng tay ôm ấp anh. Sau một phút, anh ra nghẹn ngào nói "Chị có biết đã bao lâu rồi không có au động đến tôi không?"

Tôi được biết người phụ nữ nhân từ này không phải là Cơ Đốc nhân. Đáng lẽ Cơ Đốc nhân phải là những người đem lại hơi ấm của tình đồng loại cho bệnh nhân. Tôi tin rằng bệnh si-đa là một cơ hội hết sức to lớn để Hội thánh bày tỏ tình yêu thương và giải phóng hàng ngàn người khỏi tội đồng tính luyến ái.

Có biết bao nhiêu tội nhân – tình dục đồng giới hay khác giới mà chúng ta đã đẩy xa hơn khỏi Phúc Âm khi không phải vì họ muốn từ chối Phúc Âm, nhưng vì thái độ phán xét, buộc tội của chúng ta. Họ có thể tiếp nhận sứ điệp của Chúa nếu chúng ta dùng chân lý một cách nhẹ nhàng, khéo léo nhưng nghiêm túc để chỉ cho họ thấy tội lỗi mà họ phải được giải thoát.

Có một linh gọi là linh che giấu tội lỗi, dựa trên sự kiêu ngạo. Chúng ta phải vận hành trong linh tương phản, bày tỏ nội tâm mình rõ ràng trước Chúa và trước người. Sự trong suốt như pha lê đó là bông trái của sự khiêm nhường. Khiêm nhường là sẵn lòng để người khác biết con người thực của mình, dù xấu hay tốt. Ngược lại, kiêu ngạo là phô trương con người giả với cái vỏ hào nhoáng bên ngoài che đậy sự xấu xa bên trong.

Dân chúng có quyền đòi hỏi sự trung thực và thành thật hết lòng ở những vị lãnh đạo chính trị, tôn giáo. Cũng vậy chúng ta phải trung thực, thành thật với nhau. Mục sư với Hội thánh, giáo viên với học sinh, phụ huynh với con cái, chồng với vợ, người lãnh đạo với thành viên, thành viên với người lãnh đạo . . . Tóm lại thành thật, trung thực với mọi người.

Vì sao một số người có thể gần gũi với Chúa? Vì sao mình phải vật lộn trong những vấn đề tầm thường của cuộc sống khi người khác tăng trưởng vượt bậc, thành công trong uy quyền và chức vụ? Phải chăng mọi người đều bình đẳng? Không! Mọi người tuy bình đẳng trong sự cứu rỗi, nhưng không bình đẳng trong mức độ ảnh hưởng uy quyền và năng lực thuộc linh. Chức vụ của chúng ta càng lớn, mức độ đòi hỏi về sự thánh khiết và thành thực càng cao. Dù chỉ che giấu một tội trong đời sống, ma quỷ sẽ có quyền lực trên chúng ta. Có thể chúng ta đã thú nhận tội ấy với Chúa nhưng vẫn còn sống trong sự sợ hãi rằng một ngày kia nó sẽ bị lộ ra. Khi ấy ma quỷ như kẻ hăm dọa tống tiền, dùng những điều bí ẩn ấy để bắt bớ chúng ta.

Một tội được che đậy là một điểm yếu của chúng ta cho đến khi nó bị phơi bày trong ánh sáng. Khi thú nhận và ăn năn tội lỗi, chúng ta nằm dưới sự bảo vệ mà chỉ sự thành thật với Chúa và với người mới có thể đem lại. Khi ma quỷ tố cáo, chúng ta có thể tuyên bố rằng điều ấy đã được giải quyết, ta đã thú nhận với Chúa và với những người liên quan. Khi Chúa Jêsus đối diện với ma quỷ, bản tánh tinh sạch như một trẻ thơ là chìa khóa cho uy quyền của Ngài.

Sự sợ hãi có thể là một linh lớn nhất mà chúng ta phải tranh đấu trong bản thân và trong thế gian khi chúng ta giành giật lãnh thổ cho Chúa. Lời Chúa nói rằng tình yêu tuyệt hảo cất bỏ sự sợ hãi (1 Giăng 4:8), vậy tình yêu là linh tương phản với linh sợ hãi.

Tôi đã từng ôm ấp một nỗi sợ hãi khi còn là một người chồng trẻ. Nó cứ tiếp tục ám ảnh cuộc đời tôi cho đến khi tôi hiểu thấu vấn đề và thực lòng giải quyết nó.

Darlene là người mà tôi yêu quý nhất trên thế gian. Tôi đã từng bỏ quyền được sống của mình vì cô khi chúng tôi bị lật nhào xe ở Arizona (như đã kể trong chương đầu tiên của sách này). Sau đó, một loạt những sự kiện kỳ diệu xảy ra đã đem lại cho tôi sự hiểu biết sâu sắc hơn. Nhiều khi từ bỏ quyền cá nhân chưa đủ, nhưng chúng ta cần phải hiểu biết vũ khí của ma quỷ trên cuộc sống và chống cự chúng bằng linh tương phản.

Có nhiều điều không may xảy ra cho Darlene. Trong khi tham gia công tác truyền giáo ở Samoa, cô trượt chân và ngã nhào xuống vực sâu bên bờ biển. tôi tìm thấy người vợ mới cưới nằm bất tỉnh nhân sự bên mép bờ đá. Sau này chúng tôi được biết rằng hàng năm có một vài người trượt chân ngã xuống như Darlene và bị sóng biển cuốn đi. Người ta đặt tên địa điểm ấy là "tảng đá trượt".

Hai năm sau đó chúng tôi bị tai nạn xe ở Arizona. Lại một lần nữa Darlene xuýt mất mạng.

Một năm sau, hai chúng tôi lái hai chiếc xe trên xa lộ ở bang Pennsylnania Turnpike sau khi đi nhận một chiếc xe người ta tặng cho công tác truyền giáo của mình. Đột nhiên qua chiếc gương nhìn phía sau, tôi kinh ngạc thấy xe của Darlene quay vòng giữa một đám xe tải hạng nặng rồi đâm vô tảng bê tông chia đường làm hai. Thùng xăng của xe nổ tung và bốc cháy, nhưng kỳ diệu thay, Darlene bước ra khỏi xe không một vết xây xước nghiêm trọng.

Trong khi chúng tôi sống ở Thụy Sĩ, Darlene thò tay ra phía sau máy giặt công cộng để nhặt chiếc áo bị rơi. Không ngờ trước đó có người sửa máy và quên đậy cánh cửa bảo vệ, Darlene vô tình đụng tay vô sợi dây điện 380 vôn. Dòng điện làm Darlene đứng lịm người bên cạnh khung sắt của chiếc máy giặt.

Darlene hốt hoảng thét lên kêu cứu nhưng chẳng có ai ở gần. Cô cầu nguyện xin Chúa can thiệp nhưng dòng điện cứ tiếp tục chạy qua người "Ôi Chúa ôi, chúng con đã dâng mình phục vụ

Chúa, con đã hết lòng cầu nguyện nhưng sao Chúa chưa nhậm lời?" – Darlene khóc một cách tuyệt vọng.

Đột nhiên tiếng phán của Chúa hiện lên: "Hãy trói buộc ma quỷ".

Darlene biết ngay điều mình phải làm. Cô trói buộc ma quỷ trong Danh và quyền năng của Đức Chúa Jêsus Christ (Ma-thi-ơ 16:19). Ngay lập tức cô có thể giật tay mình ra khỏi sợi dây điện và văng người về phía tường đối diện của phòng giặt. Cô rất yếu mệt, tim đập nhanh, hồi hộp trong một vài ngày và vết bỏng ở nơi bàn tay nhức nhối suốt mấy tháng mới lành, nhưng cuối cùng cô đã bình phục. Một lần nữa Darlene thoát chết.

Vài năm sau sự kiện này và những tai nạn khác xảy ra khiến tôi nghi ngờ không phải Darlene có khuynh hướng về tai nạn, nhưng có lẽ đó là một cuộc chiến thuộc linh đang xảy ra.

Chúng ta không thể ngây thơ về những phương tiện tấn công của Sa-tan, tuy nhiên đoán mò những gì đang xảy ra trong lĩnh vực thuộc linh chẳng giải quyết được gì hết. Tôi cầu xin Chúa cho tôi sự hiểu biết rõ ràng trong hoàn cảnh này và Chúa cho tôi một giấc mơ.

Trong giấc mơ tôi thấy mình đang đứng trên bờ vực nhìn xuống những tảng đá phía dưới. Tôi thấy một xác người đang nằm và một số người đang đứng xung quanh. Một cảm giác lạnh lùng và cô đơn đến với tôi, tôi biết xác đó của Darlene.

Tôi tỉnh dậy và cố gắng rũ bỏ nỗi sợ hải vương vấn. Nhưng nỗi sợ hãi cứ đeo đẳng tâm trí tôi một cách ngoan cố. Tôi cầu nguyện và nhận được một sự bày tỏ mới. Cuộc sống của Darlene, hay chính nỗi sợ hãi của tôi về tính mạng của vợ tôi đã trở nên mục tiêu tấn công của ma quỷ. Tôi có một cảm nhận kỳ lạ rằng mọi sự xảy ra dường như liên quan tới ông nội tôi và mốt tấm thảm kịch đã làm hư hỏng cuộc đời của ông.

Ông nội tôi là một mục sư trẻ rất được tín nhiệm khi ông đi chia sẻ Lời Chúa từ Hội thánh này sang Hội thánh khác. Ông rất yêu mến Kinh Thánh và thường tận dụng tất cả giây phút rảnh rỗi để học thuộc lòng các câu gốc. Người ta còn gọi ông là "Kinh Thánh di động".

Khi cha tôi lên năm tuổi, bà nội chết vì bệnh đậu mùa. Ông nội lập gia đình lần thứ hai với hy vọng có người chăm sóc năm đứa con thơ trong khi ông đi phục vụ Chúa. Nhưng mọi sự bị đổ vỡ, vợ chồng ông đi đến ly dị và bản thân ông phải thu hẹp phạm vi hoạt động trong chức vụ ở một nơi hẻo lánh, quê mùa cho đến hết cuộc đời. Sự nghiệp đầy hứa hẹn của ông đã bị gãy đổ nếu không muốn nói là kết thúc thảm hại. Tôi đã viết nhiều chi tiết hơn về cuộc đời của ông trong một quyển sách khác của tôi *"Phải chăng đó là Ngài, thưa Chúa?"*

Sau khi tất cả những chi tiết này dội lên trong tâm trí tôi thấy rõ ý nghĩa của giấc mơ và lý do vì sao biết bao nhiêu sự dữ thường xảy ra cho Darlene. Chức vụ của ông nội tôi bị ma quỷ phá hoại qua cái chết của bà nội và bây giờ Sa-tan lại cố gắng tấn công tôi với nỗi sợ hãi về cuộc sống với vợ tôi.

Tôi liền ra lệnh cho Sa-tan trong Danh Chúa Jêsus chấm dứt mọi hành động gây hại cho Darlene. Tôi dâng Darlene lên cho Chúa và xin Chúa loại bỏ nỗi sợ hãi ra khỏi trái tim tôi. Chuyện đó xảy ra cách đây sáu năm (1982). Từ đó đến nay chuỗi giây chuyền của những tai nạn có thể xảy ra cho Darlene bị cắt đứt một cách chắc chắn.

Chúng ta có thấy không, chúng ta không thể sợ hãi cho một ai mà mình đã dâng lên cho Chúa. Đối nghịch với sợ hãi, nhút nhát là anh hùng, yêu thương và tự chủ (2 Ti-mô-thê 1:7). Nếu vận hành trong linh ấy, chúng ta sẽ chứng kiến công việc lạ lùng và quyền năng của Chúa. Chúa sẽ ban cho chúng ta sức chịu đựng và niềm vui nếu chúng ta phải hy sinh mạng sống vì Ngài hoặc Chúa sẽ giải cứu, bảo vệ chúng ta một cách siêu nhiên.

Chuyện đó xảy ra cho một em gái ở Đông Đức. Mục sư

Gerhard Wessler ở nhà thờ Frankfurt kể lại một câu chuyện như sau:

Em gái lên mười tuổi này là con của một gia đình Cơ Đốc sống tại thành phố Meclenburg. Em đi học ở trường phổ thông nơi mà những giáo viên vô thần luôn cố gắng phá hoại niềm tin vào Đức Chúa Trời của học sinh một cách có hệ thống.

Ví dụ có lần cô giáo buộc học sinh cúi đầu xuống mặt bàn cầu nguyện xin Đức Chúa Trời ban cho bánh kẹo. Sau khi chờ đợi và biết chắc rằng chẳng có điều gì xảy ra, cô giáo cười một cách giễu cợt và nói "Các em thấy chưa, làm gi có Chúa". Bây giờ các em hãy xin chính phủ Đức cô phân phát quà cho học sinh.

Một ngày kia, cô giáo bắt học sinh đứng dậy và nhắc lại lời cô ta "Không có Đức Chúa Trời".

Em về nhà, cầu nguyện cùng cha mẹ mình và viết năm mươi câu "*Có Đức Chúa Trời*".

Sáng hôm sau em lên lớp đem nộp bài cho cô giáo. Cô giáo càng điên tiết hơn và trừng mắt nói với em "Lần này mày phải viết bảy mươi lần câu '*Nhất định* không có Đức Chúa Trời.' Nếu không, mày và cha mẹ mày sẽ gặp nhiều điều phiền hà lắm".

Em gái cầu nguyện cùng cha mẹ một lần nữa và sáng hôm sau em đem nộp cho cô giáo tờ giấy với bảy mươi dòng chữ: "Chắc chắn *có* Đức Chúa Trời".

Cô giáo đọc xong tức muốn nổ con ngươi, nghiến răng thét vô mặt em "Tối nay mày phải viết một trăm câu '*Tuyệt đối* không có Đức Chúa Trời'. Nếu còn ngoan cố, tao đi tố cáo mày trên đồn cảnh sát và gia đình mày biết chắc điều gì sẽ xảy ra".

Khi đó mọi người trong xóm đều biết hết câu chuyện. Đây là một chiến trận giữa thế lực đen tối và quyền năng của ánh sáng. Cha mẹ em biết chắc chắn điều gì có thể xảy ra, nhưng họ lựa chọn sự chịu đựng vì Chúa hơn là sự từ chối Ngài. Vì vậy cô' học trò nhỏ bé lại ngồi xuống cặm cụi viết, nắn nót từng chữ một trăm câu "Tuyệt đối *có* Đức Chúa Trời".

Lần này cô giáo lướt nhìn qua dòng chữ đầu trang giấy rồi hùng hổ gào lên "Tao sẽ đi đến đồn cảnh sát ngay bây giờ. Chúng ta sẽ xem Chúa của các ngươi có đủ sức cứu thoát các ngươi không?"

Nói rồi cô giáo nhảy lên xe đạp, phóng vội qua sân trường. Nhưng chẳng đi được bao xa, vừa ra khỏi cổng trường, cô ta tự nhiên té nhào xuống đất. Tim ngừng đập, phổi ngừng thở, cô ta chết dí trên mặt đường nhựa.

Tất cả học sinh đều chứng kiến sự việc xảy ra bên ngoài cửa sổ. Chúng chạy vội ra ngoài, đứng vây quanh cái xác của cô giáo trong sự kinh ngạc. Rồi một đứa la lên và cả nhóm hòa theo "Tuyệt đối có Đức Chúa Trời. Tuyệt đối có Đức Chúa Trời".

Khi chúng ta đầu phục quyền cá nhân mình cho Chúa, chúng ta chẳng có điều gì phải sợ hãi. Một em gái nhỏ bé con cái của Chúa Jêsus có nhiều uy quyền hơn cả một chính phủ vô thần. Chúa có thể giải cứu chúng ta hoặc Ngài sẽ ban cho chúng ta sức mạnh và niềm vui để chịu đựng vì Danh Chúa.

Khi chúng ta bắt đầu vận hành trong linh tương phản, chúng ta thực sự trở nên 'kẻ nhu mì sẽ hưởng được đất' như lời Chúa phán trong Ma-thi-ơ 5:5.

─────

Hướng dẫn nghiên cứu

Thảo luận chung

1. Nếu Chúa Jêsus là Đấng nhu mì đã cầm roi đuổi cổ những kẻ đổi tiền khỏi đền thờ, thì nhu mì là gì?

2. "Lời đáp êm nhẹ làm nguôi cơn giận" (Châm ngôn 15:1). Câu Châm ngôn này minh họa nguyên tắc bước đi trong sự đối nghịch với thế lực tối tăm như thế nào?

3. Hãy cho biết ba lý do Đức Chúa Trời cho phép quỷ Sa-tan tấn công.

4. Làm thế nào Châm ngôn 15:1 liên quan đến sự tấn công của kẻ thù nhằm vào chúng ta?

5. Khi Loren trả giá mua một khách sạn để làm mục vụ ở Hawaii, ông cảm thấy kẻ thù tấn công bằng sự tham lam. Ông và hàng trăm người khác trong đội đã làm gì để phản công?

6. Ngoài sự tham lam, còn sáu điều khác nữa nghịch cùng chúng ta là gì?

Áp dụng cá nhân

1. Trong Ê-phê-sô 4:15, sứ đồ Phao-lô giục Cơ Đốc nhân nói ra lẽ thật trong tình yêu thương. Điều này góp phần như thế nào cho sự nhu mì?

2. Vì kiêu ngạo là có vẻ ngoài giả tạo, sự khoe mình và che đậy đều xuất phát từ kiêu ngạo. Hãy mô tả lúc bạn che đậy điều gì đó bằng sự kiêu ngạo?

3. Loren liệt kê bảy thái độ và bảy tinh thần tương ứng với những thái độ này. Điều gì cản trở bạn nhiều nhất vào lúc này?

4. Bạn sẽ bước đi trong sự đối nghịch để đắc thắng với Đức Chúa Trời như thế nào?

9
CHIẾN THẮNG MỌI LĨNH VỰC

Khi dùng đoạn Kinh Thánh Giê-rê-mi 32:17 để nói chuyện
và thách thức một nhóm tín hữu nào, tôi để ý thấy nội
tâm của họ được bày tỏ ra một cách thú vị.

Khi tôi hỏi "Có điều chi quá khó đối với Chúa không?"

Mọi người đều đồng thanh hô to, "Không có!"

Tiếp đó "Có điều chi quá khó để Chúa thực hiện . . . qua các
bạn không?"

Tất cả yên lặng, một vài người nhăn mặt cuối nhanh cái đầu.

Phải chăng đó là phản ứng chung của chúng ta? Về lý thuyết,
chúng ta sẵn lòng tin hết mọi điều trong Lời Chúa, nếu có thể thi
hành các nguyên tắc ấy một cách thoải mái dễ dãi. Nhưng thực tế
phơi bày sự thiếu niềm tin. Dường như khi chúng ta bắt tay tham
gia công việc, Đức Chúa Trời trở nên nhỏ đi.

Đức Chúa Trời của chúng ta là Đấng vĩ đại, Ngài muốn bày tỏ
sự lớn lao của mình qua chúng ta chứ không ai khác.

Ở đầu quyển sách, tôi có nói rằng chúng ta sẽ học được bí
quyết để chính phục cả thế gian. Khi chúng ta từ bỏ mọi sự vì
Chúa Jêsus, chúng ta sẽ lấy lại tất cả. Làm sao điều ấy có thể
xảy ra?

Trước hết chúng ta phải nhìn nhận sự vĩ đại của Đức Chúa Trời "Ban đầu Đức Chúa Trời . . ." đó là lời mở đầu của Kinh Thánh. Chẳng còn có lời mở đầu nào tốt hơn, xứng đáng hơn. Chân lý đó được xác nhận trong bất cứ mọi lĩnh vực của tạo hóa. "Ban đầu Đức Chúa Trời . . ." là phương cách thông minh nhất để tìm hiểu sự phức tạp, sự vô biên của vũ trụ và cuộc sống trên trái đất này. Mức độ tin cậy của tất cả các lý thuyết đều mang tính tương đối, trừ lời tuyên bố trong Sáng Thế Ký 1:1 "Ban đầu Đức Chúa Trời . . ." Đức Chúa Trời là Đấng sáng tạo ra muôn vật và giữ cho mọi vật tồn tại cho đến ngày hôm nay bằng quyền năng của Lời Ngài (Hê-bơ-rơ 1:3).

Tiếp theo chúng ta phải nhìn vào Kinh Thánh, xác nhận những gì Chúa phán cho chúng ta làm và tin chắc rằng điều đó có thể làm được. Không có điều chi quá khó cho Đức Chúa Trời để Ngài thực hiện qua chúng ta. Chúa là Đấng nhân nghĩa và công bình, Ngài không bao giờ phán cho chúng ta làm những việc quá sức. Tất cả mọi sự đều có thể làm được bởi vì khi chúng ta bắt đầu vâng phục Chúa, Ngài sẽ làm những việc trong khả năng Chúa ban, Ngài làm những việc còn lại.

Chúa phán với chúng ta chinh phục thế gian cho Chúa. Đó là mạng lịnh truyền bá Phúc Âm trong Ma-thi-ơ 28:18-20. Khi Chúa Jêsus cho biết *tất cả uy quyền* trên thiên đàng và dưới trần gian đều nằm trong tay Ngài, không một ai nghi ngờ hoặc phản đối. Sau đó Chúa quay lại và phán cho chúng ta "Vậy các ngươi hãy đi khiến muôn vật *trở nên môn đồ* Ta làm phép báp-têm cho họ nhân Danh Cha, Con và Thánh Linh và dạy họ giữ hết cả mọi điều mà Ta đã truyền cho các ngươi".

Mạng lịnh quá khó phải không? Huấn luyện môn đồ cho một cá nhân đã là điều khó, huống chi huấn luyện môn đồ cho cả một dân tộc, rồi cho cả một thế giới.

Đức Chúa Trời có thể dùng chúng ta để làm việc đó không?

Đức Chúa Trời vĩ đại biết chừng nào? Phải chăng Đức Chúa

Trời quyền năng đến mức có thể khiến Chúa Jêsus đầu thai vào trong một trinh nữ? Nhiều người nghi ngờ câu chuyện sinh ra bởi nữ đồng trinh bởi họ không thể tưởng tượng Đức Chúa Trời đủ sức làm chuyện đó. Tuy nhiên, tôi tin Đức Chúa Trời không những đủ sức khiến một hài nhi sinh ra không cần một người cha, nhưng Ngài còn sáng tạo ra một thanh niên trưởng thành mà không cần cả cha lẫn mẹ nữa. Người đó chính là A-đam.

Đức Chúa Trời sáng tạo A-đam và Ê-va rồi phán bảo cho họ phải sinh con đàn cháu đống và làm chủ thế giới này (Sáng thế ký 1:28). Họ thi hành được phần đầu của mạng lịnh: gia tăng con cái đến con số trên năm tỉ người trên mặt đất. Nhưng phần làm chủ thế giới thì bị trì hoãn.

Chương trình của Chúa bị trì hoãn khi A-đam và Ê-va giao quyền làm chủ thế giới này cho Sa-tan tại vườn Ê-đen. Kinh Thánh gọi Sa-tan là "Chúa của trần gian" trong 2 Cô-rinh-tô 4:4. Ai đã cho hắn địa vị ấy? Phải chăng Đức Chúa Trời? Không! Chính A-đam và Ê-va, khi họ mắc mưu gian, gia nhập hàng ngũ ma quỷ chống nghịch cùng Đức Chúa Trời.

Tôi nhận xét thấy trong vòng Cơ Đốc nhân có hai hạng người theo hai thái cực sau đây. Hạng thứ nhất nghi ngờ sự hiện hữu của ma quỷ. Nhiều người còn cho rằng ma quỷ không tồn tại, nó chẳng qua là sự xấu xa của thế gian được nhân cách hóa. Hạng thứ hai thì làm ngược lại, tin rằng ma quỷ hiện diện khắp nơi, làm được mọi sự . . . như vậy họ đã cho hắn quá nhiều quyền hành, khả năng.

Chúng ta phải tránh cả hai thái cực đó. Chúng ta phải hiểu biết về kẻ thù của mình và của Chúa, đồng thời thông thạo phương cách chiến thắng hắn.

Qua Kinh Thánh ở trong Ê-sai 14, Ê-xê-chi-ên 28 hay Lu-ca 10:18-19, chúng ta biết rằng quỷ Sa-tan đã được tạo ra với sự thông minh và hiểu biết. Hắn đã từng đứng hầu việc trước mặt Đức Chúa Trời. Vì kiêu ngạo Sa-tan đã lựa chọn phản loạn, kéo theo một phần ba thiên sứ chống nghịch cùng Đức Chúa Trời (Đa-ni-ên 8:10-11; Khải huyền 12:4). Cả bọn bị Chúa đuổi ra khỏi thiên đàng. Sau đó Sa-tan lần mò đến vườn Ê-đen trong hình thể một con rắn để lừa dối A-đam và Ê-va theo hắn chống nghịch Đức Chúa Trời.

Khi con người phạm tội, họ cho phép quỷ Sa-tan hoạt động trên mặt đất. Hắn được quyền làm chủ thế gian qua A-đam và Ê-va. Từ thời ấy cho đến nay, mỗi khi một con người phạm tội, quyền làm chủ tể trần gian của hắn thêm lên một ít. Dường như mỗi khi chúng ta phạm tội, chúng ta nói với Sa-tan rằng "xin nước ma quỷ được đến, ý quỷ được nên".

Tội lỗi là ý muốn của ma-quỉ, hành động tội lỗi giúp cho ngai vàng của hắn trên trần gian ngày càng vững chắc.

Liệu Sa-tan có nan đề không? Có chứ, hắn có nhiều nan đề nghiêm trọng lắm. Tôi thích nhắc lại lời tuyên bố của một nhà truyền giáo trên đường phố Berkeley California với biệt danh là "Thánh Hubert", khi ông đối diện với một đám đông vô đạo giận dữ muốn ăn tươi nuốt sống mình, ông giơ cao quyển Kinh Thánh lên và nói rằng "Các ngươi biết không, tôi đã đọc phần cuối quyển sách này và biết rằng *chúng tôi* sẽ thắng".

Chúng ta phải biết rằng Sa-tan chỉ là vật thọ tạo của Đức Chúa Trời. Hắn không phải là sự tương phản của Đức Chúa Trời, không phải là âm bản của Chúa với những đặc tính xấu xa. Đức Chúa Trời vô sở bất năng, vô sở bất tại, vô sở bất tri (có nghĩa là Ngài làm được mọi sự, hiện diện mọi nơi và hiểu biết mọi điều). Còn Sa-tan thì không.

Thật đáng buồn khi chúng ta quên điều đó. Tôi thường đi công tác khắp nơi, có lúc tôi bay đến bốn lục địa trong vòng một thời gian ngắn. Ở mỗi nơi tôi thường nghe các Cơ Đốc nhân nói về Sa-tan, rằng Sa-tan đang theo đuổi hành họ suốt mấy tuần nay. Họ quên rằng hắn chỉ có thể hiện diện ở một nơi mà thôi. Hắn không phải như Đức Chúa Trời.

Sa-tan cũng không thể biết chúng ta đang suy nghĩ gì. Chỉ có Đức Cháu Trời mới biết hết được trái tim và khối óc của con người, căn cứ theo Thi thiên 139 và 1 Các-vua 8:39.

Sa-tan không toàn quyền, toàn năng như Đức Chúa Trời. Hắn chỉ có một vài yêu thuật mà hắn thích phô trương cho những kẻ mạo hiểm trong công việc đồng bóng, phù thủy. Nhưng hắn không toàn quyền, toàn năng như Đức Chúa Trời. Đức Chúa Trời là Đấng Tạo Hóa. Còn Sa-tan chẳng thể sáng tạo điều gì cả ngoài lời nói dối và sự lừa đảo.

Con ngời có những khả năng mà Sa-tan không có. Chúng ta có thể sinh sản, nhân giống, còn Sa-tan thì không. Từ đầu cho đến nay, hắn chỉ có một đám chư hầu là một phần ba thiên sứ phản loạn bị đuổi ra khỏi thiên đàng.

Cho dù Sa-tan có hai phần ba thiên sứ phản loạn và Đức Chúa Trời chỉ có một phần ba, hắn vẫn bị áp đảo thảm hại, bởi Chúa là Chúa, uy quyền tuyệt đối, năng lực vô biên, hiểu biết vô lượng. Kinh Thánh tuyên bố một chân lý phi thường rằng chúng ta mạnh hơn ma quỷ vì "Đấng sống trong chúng ta lớn hơn kẻ ở trong thế gian" (1 Giăng 4:4).

Chúng ta thấy "phồng lỗ mũi" chưa? Đúng, Chúa Jêsus, Đấng sống trong chúng ta mạnh dạn hơn tất cả đạo quân âm phủ và hơn tất cả mọi tội ác trong thế gian (Lu-ca 10:19). Chẳng có gì Chúa không thể thực hiện qua chúng ta, nếu chúng ta vâng phục Chúa. Nếu như chúng ta trao quyền cá nhân và đi chân không trước mặt Chúa. Ngài hứa sẽ ban cho chúng ta tất cả đất đai mà bàn chân của chúng ta đạp đến (Giô-suê 1:3).

Khi phạm tôi ở vườn Ê-đen, con người không làm thất bại chương trình của Chúa là nắm quyền thống trị trần gian. Con người chỉ có thể trì hoãn chương trình của Chúa vì giao phó uy quyền của mình cho ma quỷ. Chúa Jêsus đã đến và khôi phục địa vị của chúng ta. Chúa giáng sinh trong tư cách một hài nhi yêu ớt nơi chuồng chiên, Chúa mặc lấy vai trò của một người đầy tớ khiêm nhường, từ chối mọi quyền cá nhân. Chúa chọn con đường phục tùng cho đến chết và chứng minh rằng kẻ nhu mì sẽ hưởng được đất. Chúa chỉ cho chúng ta thấy phương cách dành lại uy quyền mà A-đam và Ê-va đã đánh mất.

Chúa Jêsus chẳng thống trị trần gian qua sự kiêu ngạo như Sa-tan đã làm khi nó nổi loạn chống nghịch Đức Chúa Trời. Chúa Jêsus chẳng sử dụng các thủ đoạn đe dọa hay mua chuộc như Sa-tan thường dùng đối với con người. Nghệ thuật của Chúa là phục vị trong tình yêu thương "Hãy vác cây thập tự giá và theo Ta", Chúa phán "Hãy từ bỏ mọi ước vọng ích kỷ. Nếu các ngươi khư khư ôm ấp cuộc sống mình, các ngươi sẽ mất. Nếu các ngươi chịu hy sinh cuộc sống mình vì Ta và vì Phúc Âm, các ngươi sẽ lấy nó lại. Một người được cả thế gian mà bị mất linh hồn mình thì có ích chi?" (Mác 8:34-36).

Mới nhìn qua, đường lối của Chúa tưởng ngu dại. Làm sao chúng ta có thể chiến thắng nhờ hy sinh? Tuy nhiên Chiên Con đã đánh bại chó sói, bằng cách chết trên cây thập tự. Chúa Jêsus chịu chết và xuống địa ngục. Ba ngày sau Đức Chúa Trời khiến Ngài sống lại từ như kẻ chiến thắng. Ngài rời âm phủ cùng với một đám đông những người bị sự chết giam cầm. Đức Chúa Trời đã ban cho Chúa một Danh cao cả hơn tất cả mọi danh, và hứa rằng một ngày kia, mọi đầu gối sẽ quì, mọi lưỡi xưng nhận "Chúa Jêsus là Chúa muôn loài" (Phi-líp 2:10).

Đức Chúa Trời đang vận hành trong quá trình bắt phục mọi đầu gối. Chúa chẳng khoanh tay ngồi đợi trận đánh cuối cùng để làm việc đó và Chúa chẳng muốn chúng ta đứng chần chừ ngoài cuộc. Chúa đang chiến thắng, chinh phục từng linh hồn, từng ý tưởng, từng sắc dân, từng dân tộc. Chúa chẳng dừng tay cho đến khi cả thế gian nằm dưới quyền cai trị của Ngài.

Vậy bây giờ chúng ta đã có thiên đàng trên trần gian sao? Thưa chưa. Điều đó sẽ xảy ra khi Chúa Jêsus tái lâm. Tuy nhiên, chúng ta có thể thi hành quyền lãnh đạo của Chúa Jêsus ngay bây giờ, trong từng cá nhân và từng tầng lớp xã hội. Người ta đâu có cần pha muối và nước trong những khối lượng bằng nhau để làm nước mặn. Chúng ta là muối của trần gian, đồng thời là ánh sáng của nhân loại "Hãy vùng dậy, hãy chiếu sáng rực rỡ! Vì ánh sáng ngươi đã đến, vinh quang của Cha đã mọc trên ngươi" (Ê-sai 60:1). Chúng ta hãy biến mình thành ngọn đuốc rọi đường trong sự tăm tối của thế hệ này.

Don Richardson cùng vợ và con thơ mới sinh của mình đến bộ lạc Sawi đến sống và truyền bá Phúc Âm cho các dân tộc xứ Irian Jaya. Người địa phương thuộc các bộ lạc ăn thịt người, những cuộc chiến tranh giữa họ làm họ đi đến chỗ gần tuyệt chủng. Chỉ một vài năm sai khi gia đình giáo sĩ đến, hầu hết người Sawi tin nhận Chúa Jêsus. Hầu hết, nhưng không toàn bộ, bởi trong vòng họ còn có những người chống đối, không chịu thờ phượng Đức Chúa Trời.

Tuy nhiên, kết quả của Phúc Âm đã xâm nhập vào tất cả thành phần của xã hội Sawi. Phong tục ăn thịt người và lấy đầu lâu phơi khô làm vật trang sức được chấm dứt. Người Sawi có uy thế trong vùng bởi sự thành công trong các công cuộc làm ăn của họ. Họ còn cử giáo sĩ đi truyền giáo trong khắp các góc rừng xứ Irian Jaya. Họ trở nên muối của đất và ánh sáng của trần gian nơi họ sinh sống.

Nếu điều đó có thể xảy ra với cả một bộ lạc, điều đó có thể xảy ra với cả một quốc gia.

Giê-rê-mi 27:3 mặc khải một điều tuyệt vời. Đức Chúa Trời phán rằng "Chính Ta đã dùng quyền năng vĩ đại và cánh tay uy quyền sáng tạo địa cầu với loài người và muôn vật trên khắp đất nên Ta muốn cho ai tùy ý".

Cũng trong phân đoạn Kinh thánh này Chúa cho biết Ngài sẽ đem mảnh đất hứa của con cháu Áp-ra-ham cho Nê-bu-cát-nết-sa, một vị vua ngoại bang. Chúng ta hãy tưởng tượng sự phẫn nộ của dân Y-sơ-ra-ên khi họ nghe lời tiên tri của Giê-rê-mi. Tiếng kêu gào "tiên tri giả" vang dội tứ phía. Họ đã từng đọc Kinh Thánh, họ đã biết lời hứa của Chúa đối với Áp-ra-ham từ Sáng thế ký đoạn 13. Tuy nhiên dân Do Thái không giữ nổi miền Đất Hứa yêu quý bởi họ không làm tròn phần thứ hai trong giao ước của Chúa với Áp-ra-ham. Phần thứ nhất nói rằng "Ta sẽ làm cho ngươi nên một dân tộc lớn, Ta sẽ ban phước cho ngươi . . ." Phần thứ hai nói rằng "Nhờ ngươi mà các chi tộc trên thế gian sẽ được phước" (Sáng thế ký 12: 2-3).

Cũng như Cơ Đốc nhân ngày hôm nay, dân Do Thái chú thích phần đầu của giao ước. Họ thỏa mãn tin rằng "Chúa sẽ chúc phước cho tôi ngày hôm nay" nhưng quên đi phần thứ hai "Chúa muốn qua tôi chúc phước cho các dân tộc trên thế gian".

Từ thuở ban đầu cho đến hôm nay, mục đích, chương trình của Chúa không hề thay đổi. Chúa muốn A-đam nắm quyền cai trị mặt đất. Chúa muốn sử dụng tuyển dân của Chúa chúc phước cho cả nhân loại. Qua Chúa Jêsus chúng ta đã trở nên dân tuyển của Chúa (Rô-ma 2:29) và Ngài muốn chúng ta thực hành trách nhiệm mà Chúa đã mong muốn ở A-đam. Chúa muốn chúc phước cho chúng ta và qua chúng ra chúc phước cho cả thế gian.

Nếu chỉ muốn nhắc đến phần đầu của giao ước – cho dù chúng ta muốn trả ơn bằng cách dâng phần mười, điều đó chưa đủ. Chúa sẽ không tiếp tục chúc phước cho đến khi chúng ta vui lòng thực hiện phần thứ hai: Biến mình thành phương tiện đem nguồn phước của Chúa cho mọi người ở khắp mọi nơi.

Đức Chúa Trời hứa ban thế gian cho người đẹp lòng Ngài (Giê-rê-mi 27). Chúa Jêsus làm đẹp lòng Đức Chúa Trời như lời Cha phán từ trên trời "Này là Con yêu dấu của Ta, đẹp lòng ta mọi đàng". Vì vậy, thế gian nầy thuộc về Chúa Jêsus. Dựa trên cơ sở này, Chúa Jêsus tuyên bố "Hết thảy quyền bính trên trời và dưới đất đều thuộc về Ta". (Ma-thi-ơ 28:18) và "như Cha đã sai Ta thể nào thì Ta cũng sai các ngươi thể ấy" (Giăng 20:21).

Chúa Jêsus kêu gọi chúng ta tham gia quá trình chiếm lại lãnh thổ trên thế gian. Chúa sai chúng ta ra đi với tư cách giáo sĩ, bởi nghĩa đen của danh từ giáo sĩ là những người được phái đi. Chúng ta có thể đóng vai trò giáo sĩ trong lĩnh vực kinh doanh, truyền thông, thông tin hay trong chính quyền như Đa-ni-ên làm thủ tướng chính phủ.

Có năm phân đoạn Kinh thánh nói về Đại Mạng Lịnh (mặc dù có ít nhất năm trăm câu Kinh Thánh tương tự nhưng mọi người đồng ý là năm phân đọn Kinh Thánh sau đây nổi bật nhất).

Trong Mác 16:15, chúng ta được biết **phạm vi** của Đại Mạng Lịnh phải truyền bá Phúc Âm cho tất cả mọi người trong thế hệ chúng ta đang sống. Tôi tin rằng Chúa ban Sứ Mạng ấy cho tất cả mọi thế hệ kể từ Ngài trở về thiên đàng. YWAM được thành lập với sự tinh tường rằng công tác này có thể được thực hiện trong những thập niên sắp tới.

Qua Lu-ca 24:46, chúng ta có **nội dung** của Đại Mạng Lịnh là ăn năn tội lỗi và tiếp nhận sự tha thứ chính là sứ điệp mà chúng ta truyền bá.

Giăng 20:21, cho biết Chúa Jêsus là Đấng **sai phái** chúng ta. Công vụ 1:8 mô tả **phương cách** thi hành sứ mạng qua quyền năng của Đức Thánh Linh.

Cuối cùng Ma-thi-ơ 27:18-20 bày tỏ **chi tiết** của Đại Mạng Lịnh. Không những công bố Phúc Âm cho nhân loại nhưng phải nắm lấy vai trò lãnh đạo mà Chúa hứa ban cho A-đam ở vườn Ê-đen. Tất cả mọi uy quyền đều thuộc về Chúa Jêsus và chúng ta phải huấn luyện môn đồ cho các dân tộc, dạy dỗ họ làm theo tất cả các điều răn của Ngài.

Vài năm trước, một số Cơ Đốc nhân ở bang California quan tâm đến khả năng chính phủ hợp thức hóa hành vi tình dục đồng giới. Họ e rằng luật này sẽ là điều nguy hại cho xã hội, đặc biệt đối với lớp mầm non thơ ngây. Một số người đã cổ động tín hữu lên tiếng với chính quyền để bày tỏ nỗi quan tâm của mình. Mặc dù có một số hưởng ứng nhưng nhiều người nói rằng: "Anh chị không biết chúng ta đang ở thời kỳ sau rốt sao? Càng ngày mọi sự sẽ trở nên tệ hại hơn, sau đó Chúa Jêsus sẽ đến". Phản ứng của họ ám chỉ rằng "Ý muốn của Đức Chúa Trời là cho phép tội lỗi mặc sức hoành hành".

Nếu không cẩn thận, chúng ta có thể sử dụng sự dạy dỗ về ngày tận thế để bào chữa sự ù lì, lười nhác, vô trách nhiệm của bản thân. Một phương cách ngụy biện khác là "Tôi không thể tham gia chính trị, truyền thông thông tin, hay một lĩnh vực ảnh hưởng đáng kể khác bởi nếu làm như vậy tôi sẽ đi ngược ý muốn của Đức Chúa Trời".

Tôi không tự cho mình là người thông thạo về những lời tiên tri về ngày tận thế. Cũng như nhiều Cơ Đốc nhạn khác, tôi đọc Kinh Thánh và cố gắng theo dõi những gì đang xảy ra xung quanh. Tuy nhiên có một điều tôi tin tưởng chắc chắn: Chúa Jêsus đã phán với chúng ta hãy *sanh lợi* cho đến ngày Ngài trở lại – Lu-ca 19:13. Làm sao có thể sanh lợi khi chúng ta cứ ẩn náu trong pháo đài tôn giáo và cho phép tất cả mọi chuyện ở ngoài bức tường nhà thờ trở nên thối rửa.

Tôi tin rằng Chúa muốn chúng ta ra đi một cách tích cực, giành giật lãnh thổ cho Nước Trời, đồng thời phó nộp thời gian và sự chung kết của lịch sử thế giới cho Chúa. Phải chăng chúng ta đang phạm một sai lầm mà các môn đồ gặp phải khi họ muốn biết về ngày tận thế? Chúa Jêsus trả lời rằng: "Kỳ hạn và ngày giờ mà Cha đã tự quyền định lấy, ấy là việc các ngươi chẳng nên biết" (Công vụ 1:7). Vậy, ngày giờ Chúa Jêsus tái lâm hoàn toàn nằm trong tay Đức Chúa Cha.

Khải huyền 11:15 hứa rằng một ngày kia, tất cả mọi sự của vương quốc thế gian sẽ thuộc về Chúa Jêsus. Ngay bây giờ chúng ta phải tiến dần đến mục tiêu ấy. Vương quốc của Chúa chính là trái tim của chúng ta (Lu-ca 17:21) khi Chúa Jêsus làm chủ cuộc đời chúng ta. Chúa làm chủ những lĩnh vực ảnh hưởng xã hội mà chúng ta đang nắm. vậy hãy phát huy vòng ảnh hưởng ấy cho Chúa.

Sa-tan biết được điều này và đang run sợ. ma quỷ chẳng có thể sáng tạo như Chúa hay sinh sản như loài người. Hắn sử dụng các vũ khí sát nhân qua chiến tranh, bệnh tật, đói khát, bạo lực và nạo thai để đình chỉ sự gia tăng của loài người. Hắn là kẻ phá hoại ngay từ ban đầu với mục đích không gì khác ngoài thử thách và hạn chế con người. Tuy nhiên cán cân lực lượng ngày càng nghiêng phần bất lợi về phía hắn. Khi cám dỗ A-dam và Ê-va, phía loài người chỉ có hai, còn phía ma quỷ là một phần ba thiên sứ phản loạn bị đuổi khỏi thiên đàng. Mỗi một tuần dân số thế giới tăng dần, tỉ lệ ma quỷ so với loài người ngày càng nhỏ đi. Làm sao Sa-tan có thể giữ mãi sự thống trị của hắn?

Trong vài lĩnh vực Sa-tan khôn ngoan hơn chúng ta. Hắn chẳng bận tâm đến những kẻ say rượu, ngồi gật gù trên chiếc ghế sô pha, cố gắng nhìn xem ti-vi bằng đôi mắt lờ mờ. Hắn chẳng sử dụng hạng người như vậy để thử thách và thống trị thế giới. Sa-tan nhắm vào một số lĩnh vực ảnh hưởng quan trọng trong xã hội loài người, chinh phục một vài nhân vật đầu não qua sự cám dỗ, mua chuộc và đe dọa rồi sử dụng họ để thống trị đại đa số con người.

YWAM có nhiều giáo sĩ phục vụ ở biên giới Myanmar – Thái Lan. Vùng đồi núi này còn có tên gọi khác là Tam Giác Vàng, nơi sản xuất một số lượng lớn ma túy cung cấp cho thị trường quốc tế. Tất cả các hoạt động bất hợp pháp đều nằm trong tay một thủ lĩnh, với một trăm sĩ quan trung thành. Nhà buôn bán ma túy, một số lượng tiền mặt khổng lồ từ bốn góc thế giới đổ dồn vào túi của hắn. Các sĩ quan dưới quyền đi chiêu tập thanh niên vào hàng ngũ họ bằng cách dí súng vào cổ người ta. Sau khi gia nhập bạo quân bất chính, họ được hưởng thụ tiền bạc, thuốc phiện và gái điếm . . . chúng ta thấy hai vũ khí của hắn không? *Đe dọa* và *mua chuộc*.

Qua đe dọa và mua chuộc, vị thủ lĩnh này chế ngự một trăm

tay chân và qua chúng, hắn chế ngự hàng ngàn lính đánh thuê rồi cuối cùng hắn chế ngự hàng triệu con nghiện trên đường phố New York, Luân Đôn, Hồng Kông, Sau Paulo và nhiều thành phố khác.

Bản thân thủ lĩnh này là một tay nghiện ngập. Suốt cả cuộc đời hắn luôn lo sợ bị bắn chết hoặc bị một người đầy tham vọng cướp quyền. Như vậy, Sa-tan trói buộc một cá nhân và qua người này hắn thống trị hàng triệu người khác.

Trên đây chỉ là một ví dụ giải thích làm sao Sa-tan với khả năng hạn hữu có thể nắm được quyền cai trị với tư cách là chúa tể thế giới. Với đe dọa và mua chuộc, Sa-tan bắt làm nô lệ một vài người có khả năng ảnh hưởng rồi qua họ chế ngự hàng triệu người khác. Tuy nhiên, Chúa Jêsus phán: "Đừng sợ chi". Tình yêu tuyệt hảo xua đi mọi điều sợ hãi. Chúng ta có thể dùng tình yêu để lãnh đạo dân chúng và chiến thắng ma quỷ.

Năm 1975, trong khi cầu nguyện và suy nghĩ về phương cách khiến thế gian quay trở về với Chúa Jêsus, một bảng liệt kê với bảy lĩnh vực ảnh hưởng trong xã hội hiện ra trong tâm trí tôi. Đây là những lĩnh vực mà chúng ta cần phải tập trung sức lực để nắm quyền làm chủ và qua đó chính phục các dân tộc cho Chúa. Tôi ghi xuống một mảnh giấy rồi nhét nó vào trong túi áo:

1. **Gia đình**
2. **Hội thánh**
3. **Giáo dục**
4. **Chính quyền**
5. **Truyền thông**
6. **Nghệ thuật, giải trí và thể thao**
7. **Thương mại, công nghệ và khoa học**

Ngày hôm sau tôi đến thăm một người anh em, Tiến sĩ Bill Bright, một lãnh đạo của Chinh phục Sinh viên cho Đấng Christ.

Ông chia sẻ với tôi về những lĩnh vực cần phải tập trung sức lực để chinh phục các dân tộc cho Chúa. Kỳ diệu thay, những lĩnh vực ấy giống hệt bảng liệt kê mà tôi đã ghi lại trên mảnh giấy nhỏ trong túi áo, trừ một chút khác biệt về thứ tự và tên gọi ở điểm này hay điểm kia. Sự trùng hợp ngẫu nhiên thường xảy ra khi Cơ Đốc nhân lắng nghe tiếng phán nhỏ nhẹ của Đức Thánh Linh.

Bảy lĩnh vực ảnh hưởng xã hội này sẽ giúp chúng ta uốn nắn dân tộc theo khuôn mẫu của Chúa. Chúa ban cho chúng ta phương tiện để thi hành Sứ Mạng trong Ma-thi-ơ 28; khiến các dân trở nên môn đồ của Chúa. Dĩ nhiên, Chúa không dành riêng vũ khí cho các giáo sĩ trong hai hội truyền giáo, nhưng Chúa muốn tất cả Cơ Đốc nhân ý thức được vai trò của bảy lĩnh vực ảnh hưởng xã hội và sử dụng nó để gia tăng sự cai trị của Chúa trên khắp thế gian.

Làm sao chúng ta có thể chiếm lại bảy lĩnh vực ảnh hưởng xã hội vô cùng quan trọng trong bất cứ một quốc gia nào?

Trước hết chúng ta chiếm lại lãnh thổ qua lời cầu nguyện. Với uy quyền của Đức Thánh Linh và năng lực của vũ khí thuộc linh được mô tả trong Ê-phê-sô 6:10-20, 2 Cô-rinh-tô 10:1-6 và Gia-cơ 4:7, chúng ta có thể kéo đổ thành trì của Sa-tan. Chúng ta phải cầu nguyện chống lại ảnh hưởng của ma quỷ trong từng lĩnh vực một.

Có người chỉ ra một cách minh họa đạo quân của Chúa như sau. Người giáo sĩ đi công bố Phúc Âm (Mác 16:15) tựa như người lính bộ binh. Người huấn luyện dân tộc trở nên môn đồ (Ma-thi-ơ 28:18-20) tựa như phi công lái máy bay ném bom. Người cầu thay cho các quốc gia (Đa-ni-ên 9; Nê-hê-mi 9; Ê-xơ-ra 9, Cô-lô-se 3:1) tựa như người bắn tên lửa xuyên lục địa. Cầu thay là một vũ khí vô cùng quan trọng trong chiến trận thuộc linh nhằm giành giật, chế ngự thế giới cho Chúa.

Lời cầu nguyện của chúng ta phải cụ thể. Nhờ tập trung tâm trí lắng nghe lời phán của Đức Thánh Linh, chúng ta biết được phương cách và mục tiêu để cầu nguyện (Châm ngôn 3:5-6; Ê-sai 55:8; 1 Ti-mô-thê 2:1-6; Ê-sai 62:6-7). Sau đó chúng ta yêu cầu Đức Thánh Linh áp đặt ảnh hưởng của Ngài trên những người nắm quyền hành trong một lĩnh vực cụ thể, ví dụ trong chính quyền một địa phương. Chúng ta cầu nguyện hầu Đức Thánh Linh sai người đến làm chứng cho họ, nếu họ vẫn cứng đầu chống cự Phúc Âm, chúng ta có thể cầu nguyện để Chúa thay họ bằng những người biết vâng lời và làm theo ý chỉ của Ngài.

Điều này được bao hàm trong lời cầu nguyện chung, khi chúng ta nói rằng "Nước Ngài được đến, Ý Ngài được nên, trên đất cũng như trên thiên đàng." Nếu như ý Chúa đã được thực hiện trên đất, chắc chắn Ngài chẳng phán chúng ta cầu nguyện như vậy.

Sau khi đã cầu nguyện cho một lĩnh vực ảnh hưởng cụ thể rồi. Chúa có thể sử dụng chúng ta trong lĩnh vực ấy, dù trong chính quyền, trường học, hay truyền thông, thông tin . . . Chúa có thể kêu gọi chúng ta đi sâu vào một trong những lĩnh vực ảnh hưởng, như Ngài đã đặt Đa-ni-ên và Giô-sép làm thủ tướng quốc gia. Trong bất cứ địa vị nào, dù đứng đầu gia đình hay chính phủ, chúng ta phải thi hành ý muốn của Ngài cho cuộc sống bản thân, chúng ta không sử dụng chức vụ để làm đầy tớ cho nhân loại. Chúa Jêsus muốn cai trị thế giới qua chúng ta và Chúa ban uy quyền khi chúng ta đầu phục quyền cá nhân vì Chúa vì Phúc Âm (Mác 10: 42-45).

Hãy phân tích một cách chi tiết hơn trong từng lĩnh vực ảnh hưởng xã hội.

Gia Đình

Chúng ta uốn nắn thế hệ tương lai qua đời sống gia đình. Dù muốn hay không các bậc phụ huynh đã và đang tác động con cái mình theo hướng tích cực hay tiêu cực. Chúng ta có thể thiết lập gia đình theo khuôn mẫu của Kinh Thánh, hầu cho mỗi gia đình Cơ Đốc trở nên ngọn đuốc chiếu sáng trong bầu không khí thuộc linh tối tăm. Tôi quen biết một gia đình đang sinh sống tại một nước kia với tư cách là một chuyên viên kỹ thuật. Bởi luật pháp ngăn cấm mọi người nói chuyện về tôn giáo và thái độ chống đối Phúc Âm của chính quyền, họ bị hạn chế nhiều trong việc làm chứng về Chúa. Tuy nhiên, những người hàng xóm vô cùng kính phục cách cư xử của vợ chồng, con cái của gia đình Cơ Đốc này. Họ được thu hút tới ánh sáng Phúc Âm qua tấm gương của con cái Chúa.

Hội thánh

Qua Hội thánh, chúng ta uốn nắn cả xã hội và dân tộc. Làm sao có thể thực hiện điều ấy nếu chúng ta chỉ đóng đô trong khuôn khổ bốn bức tường nhà thờ và tin đây là thiên đàng trên mặt đất? Nước Chúa ở trong tim của chúng ta, chúng ta đem Nước Chúa vào trong thế gian khi chúng ta tham gia các hoạt động trong xã hội. Cuộc sống ngoài cổng nhà thờ là một cuộc chạy đua khổng lồ, Hội Thánh như một trạm tiếp tế, nơi Cơ Đốc nhân đến để lấy nhiên liệu, nghỉ ngơi, nhận sự chỉ dẫn . . . trước khi quay lại cuộc đua. Mục đích cuối cùng của cuộc đua là thiết lập Nước Chúa trên trần gian.

Giáo dục

Từ nhà trẻ, lớp mẫu giáo đến các trường đại học có tên tuổi, thế hệ tương lai của xã hội đang được tác động ngày và đêm. Đây là một cơ hội đặc biệt, một môi trường độc đáo uốn nắn thế gian cho Chúa.

Iceland ở thế kỷ thứ chín, những người Vikings bắt cóc một nhóm tín hữu về làm nô lệ. Một trong những công việc của họ là chăm sóc con nít khi cha mẹ chúng đi xa trong nghề cướp biển. Những người nô lệ đã dạy dỗ đạo Chúa cho trẻ em và trong vòng ba thế hệ, họ đã chinh phục được cả quốc gia cho Chúa. Năm 1000, toàn thể mọi người đả đồng lòng tuyên bố công nhận Iceland là quốc gia Cơ Đốc.

Tín hữu tham gia một cách tích cực trong tất cả các lĩnh vực ảnh hưởng của công tác giáo dục. Trong khi một số người đóng vai trò tích cực hơn như giảng dạy, viết chương trình, điều hành trường sở hoặc tổ chức trường Cơ Đốc, tất cả mọi tín hữu phải biến mình thành "muối của đất và ánh sáng của trần gian" trong vòng sinh viên và giáo viên. Bản thân cha mẹ cũng phải tham gia công tác và chia sẻ trách nhiệm với nhà trường trong công tác giáo dục con cái mình.

Truyền thông

Chiến lược đánh phủ đầu bằng tin tức, dư luận đã trở nên hình thức tuyên truyền ưa chuộng trong thời đại ngày nay. Nhiều nhà chính trị khuynh tả, khuynh hữu cũng như các Cơ Đốc nhân đã đi đến kết luận rằng những người nắm quyền trên đài truyền hình, truyền thanh, báo chí . . . đã đồng lõa với nhau trong việc cướp đi các quyền của họ. Tuy nhiên có mấy ai trong chúng ta ý thức rằng đây là một môi trường truyền giáo hết sức quan trọng? Theo dữ kiện của hãng thăm dò dư luận Lichter và Rothman, trong số 238 nhân vật chủ chốt của hệ thống truyền thông – thông tin, 50% cho mình là người vô thần và chỉ có 3-5% tham gia thờ phượng một cách thường xuyên ở Hội thánh hay nhà hội của Do Thái giáo.

Mức độ tối tăm thuộc linh trong họ tương đương với mức độ tối tăm của một đất nước đang "đóng cửa đối với Đạo Chúa".

Chúng ta hãy nhớ lại gương mặt của một phóng viên mà mình không ưa thích. Sau đó ý thức rằng đây là một cá nhân mà Chúa Jêsus đã chết thay trên cây thập tự giá, một linh hồn xứng đáng cho sự hy sinh của Con Đức Chúa Trời.

Thật khó có thể hình dung hết mức độ ảnh hưởng của kỹ nghệ điện tử và ấn loát trong sự uốn nắn xã hội chúng ta. Vì sao Cơ Đốc nhân lại thờ ơ trong hệ thống truyền thông – thông tin, để mặc cho những người bất chính, độc quyền sử dụng nó. Chúng ta không thể phàn nàn rằng báo chí, truyền hình, truyền thanh đầy tràn sự dối trá và trở nên chứng nhân cho sự thật. Sự thật tuyệt đối nhất chính là Chúa Jêsus, Đấng đã từng tuyên bố "Ta là Đường đi, Chân lý và Sự sống." Vậy, một số tín hữu cần mạnh dạn tham gia vào hệ thống truyền thông – thông tin đại chúng và một số khác chuyên môn trong sách vở, báo chí, và chương trình phát thanh Cơ Đốc . . .

Chính quyền

Có bao giờ chúng ta nói rằng "Đừng nhúng tay vào chính trị, đó là công việc dơ bẩn, đó không phải chỗ đứng của Cơ Đốc nhân." Nếu quả thực như vậy, chúng ta đã vô tình cho Sa-tan mượn môi lưỡi mình để nói ra ý của nó. Dù không muốn, chúng ta đã làm phát ngôn viên không công, tuyên bố quan điểm của ma quỷ.

Quan niệm Cơ Đốc nhân không nên dính dáng vào chính trị từ đâu mà có vậy? Chắc chắn không từ Kinh Thánh. Chúng ta chưa cần nói đến vua Đa-vít và Sa-lô-môn là hai người lãnh đạo tuyển dân của Đức Chúa Trời, mặc dù tuyển dân ấy hầu việc Chúa bằng môi lưỡi nhiều hơn bằng hành động. Chúng ta hãy nhìn vào tấm gương Đa-ni-ên và Giô-sép là những người phục vụ trong chính phủ của các quốc gia ngoại bang.

Hai người bạn trẻ này đã sống bằng những nguyên tắc tin

kính, nhờ vậy họ được nâng lên làm chức thủ tướng chính phủ. Khi mới đặt chân lên xứ lạ quê người. Không một nhà 'thăm dò dư luận' nào dám nói đến khả năng một ngày nào đó, hai thanh niên ngoại quốc này sẽ giữ vai trò quan trọng nhất trong quốc gia. Đa-ni-ên là người bị bắt làm phu tù và lại còn từ chối không làm theo lệnh vua. Còn Giô-sép bị anh em ganh ghét bán đi làm nô lệ, sau đó bị Phô-ti-pha tống giam vào hầm tối vì sự vu oan của bà vợ si tình. Cuộc đời của Giô-sép và Đa-ni-ên chắc không phải cuộc đời của những con ông cháu cha, vừa có tiền, vừa có tiếng. Bản thân Đa-ni-ên bị ném xuống hang sư tử để làm bữa ăn cho chúng . . .

Làm sao những người tin kính có thể chinh phục vũ đài chính trị? Nếu trước đây Giô-sép và Đa-ni-ên đã thành công ở Ai Cập và Ba-by-lôn thì ngày nay chúng ta có thể thành công ở bất cứ một quốc gia nào. Tuy nhiên khi quyết định hầu việc Chúa trong môi trường chính trị, một Cơ Đốc nhân phải ý thức rằng những "con sư tử" hiện đại đang sẵn sàng xé xác mình. Chúa cho phép điều đó xảy ra để đào luyện tư cách cá nhân, dạy đầy tớ Chúa áp dụng phương pháp lãnh đạo của Ngài: lãnh đạo qua phục vụ. Chúa đang tìm kiếm những cá nhân nam và nữ, những người dám đặt quyền cá nhân xuống dưới bệ chân Chúa để được Ngài nâng lên địa vị lãnh đạo quốc gia. Ngài chỉ nâng họ lên khi biết chắc rằng họ đã được thử thách và sẽ không vấp phạm như vua Sau-lơ, là người yêu mến quyền lực hơn sự khiêm nhường trong cương vị làm đầy tớ cho nhân dân.

Nghệ thuật, thể thao và giải trí

"Còn gì hơn nữa – chúng ta nói, đây chính là lãnh thổ của ma quỷ". Phải chăng danh từ ca sĩ Cơ Đốc *chứa đầy* sự mâu thuẫn?

Tôi không biết mình có khái niệm này từ bao giờ, nhưng trước đây tôi từng cho tất cả những gì vui thích, hiếu động, màu sắc rực rỡ đều là tội lỗi.

- Ví dụ 1: Những người tin kính thực sự phải ăn mặc đơn giản, càng thành thì càng phải mặc y phục càng đen (hoặc càng trắng tùy theo quan điểm của từng giáo phái).

- Ví dụ 2: Một câu chuyện vui, dù lành mạnh cũng không được đem ra kể giữa vòng những người thực sự thuộc linh.

- Ví dụ 3: Tất cả những gì mang tính chất tôn giáo đều phải được thực hiện một cách nghiêm trang, không pha trộn tình cảm. Nếu có thể, người ta còn phải sử dụng ngôn ngữ cổ để cầu nguyện. Lời cầu nguyện phải được phát ra một cách đều đều, không lên không xuống thì mới hiệu quả.

Có lẽ chúng ta cũng có một trong những ý niệm ấy, nhưng nhìn chung đây là hình ảnh mà chúng ta đã vẽ lên cho thế gian thấy ý nghĩa của sự tin kính. Người ta hình dung Chúa như thế nào y như khuôn mẫu chúng ta vừa đề cập đến? Bởi Chúa là Đấng Thánh Khiết nhất nên phải chăng Ngài không bao giờ có một nụ cười. Phải chăng Ngài luôn mặc một bộ đồ cự đen, nói giọng đều đều và không bao giờ nhúc nhích. Phải chăng chúng ta học cách thức kính trọng Chúa duy nhất khi cha mẹ nghiêm nghị nhắc chúng ta "Ngồi im! Con không biết mình đang ngồi trong nhà của Chúa sao?"

Vậy chẳng có điều gì ngạc nhiên khi mọi người cảm thấy sự mâu thuẫn trong khái niệm ca sĩ Cơ Đốc. Khu kiểm nghiệm trong Kinh Thánh, chúng ta có thấy một Đấng buồn tẻ, không màu sắc, không sinh khí không? Sa-tan muốn chúng ta tin rằng chỉ ở trong hàng ngũ của hắn mới có niềm vui, sự hứng thú, nhưng chẳng có gì xa sự thật hơn điều ấy. Chỉ cần đọc trong Khải huyền, chúng ta có thể thấy dễ dàng sự vinh hiển của Chúa. nào là cầu vồng rực rỡ xung quanh ngai vàng của Chúa. Nào Đấng Tạo Hóa của tất cả năng lượng chẳng ngồi thụ động một chỗ như tượng gỗ.

Một trong những câu Kinh Thánh mà tôi ưa thích là Sô-phô-ni 3:17 nói rằng "Giê-hô-va Đức Chúa Trời ngươi ở giữa ngươi; Ngài là Đấng quyền năng sẽ giải cứu ngươi: Ngài sẽ vui mừng cả thể vì cớ ngươi; vì lòng yêu thương mình, Ngài sẽ nín lặng; và vì cớ ngươi Ngài sẽ ca hát mừng rỡ". Chúa tưng bừng hoan hỉ bởi hành động của những kẻ yêu mến Ngài, là Đấng Sáng Tạo chúng ta theo ảnh tượng của Ngài, Chúa biết rõ mọi biểu lộ tình cảm dù buồn hay vui. Chúa là trung tâm của mọi khoái lạc, là chủ bút của mọi vở kịch, là tác giả của mọi cuộc biểu dương hùng vĩ, sắc đẹp và uy quyền.

Bất cứ một lĩnh vực nào chúng ta rời bỏ, ma quỷ sẽ đến và chế ngự. Cũng vậy trong lĩnh vực nghệ thuật, giải trí và thể thao. Nghệ thuật đóng kịch được sáng tạo trong nhu cầu truyền giáo, truyền thông sứ điệp của Kinh Thánh cho dân chúng là những người không biết chữ lúc bấy giờ. Ngày nay chúng ta phải chiếm lại và sử dụng lịch cũng như tất cả các hình thức giải trí khác để minh họa Chúa một cách sáng tạo cho thế gian.

Thương mại, khoa học và công nghệ

"Ôi, món lợi bất nghĩa", "Nấc thang danh vọng"; "Dẫm đạp chạy tới đích". Phải chăng những câu nói hàng ngày bảy tỏ thái độ của chúng ta đối với lĩnh vực thương mại, doanh nghiệp? Phải chăng mọi hình thức làm ra tiền đều xấu xa? Đức Thánh Linh có muốn chúng ta thành công trong thế giới thương mại và kỹ thuật hay không? Người giàu có được vào thiên đàng không?

Chúa Jêsus phán không dễ gì làm được việc ấy. Chúa biết

người thừa thãi ơn huệ vật chất khó có thể trọn lòng hầu việc Chúa. Khi một chàng trai giàu có và đầy thế lực đến với Chúa Jêsus, Ngài nhìn thấy tiền bạc chứ không phải là Đức Chúa Trời đang chiếm ngự ngai lòng của anh ta. Ngài phán với anh hãy bán hết gia tài mình, phân phát cho người nghèo rồi theo Chúa. Nhưng anh đã thất bại.

Phải chăng Chúa Jêsus cho chúng ta biết một khuôn mẫu? Vâng! Nếu tiền bạc chiếm vai trò quan trọng nhất trong cuộc sống, nó trở thành thần tượng. Chúa sẽ thử xem chúng ta có coi trọng tiền bạc hơn Chúa không. Chúa có thể yêu cầu chúng ta cho đi tất cả những gì chúng ta có, không chỉ một nhưng nhiều lần. Có thể Chúa muốn chúng ta làm giáo sĩ trong thế giới thương mại, ban cho chúng ta tiền bạc một cách rộng rãi để có thể chia sẻ cho nhiều người khác. Trong bài giảng "Cách sử dụng tiền bạc" của John Wesley, nhà truyền đạo nổi tiếng sống cách đây 200 năm đã để lại một lời khuyên chí tình như sau: "Làm lợi bằng mọi khả năng, tiết kiệm bằng mọi khả năng và ban cho bằng mọi khả năng". Không dễ gì tìm ra một phương cách sống tốt hơn lời khuyên ấy.

Khoa học và kỹ nghệ là những phương tiện phục vụ tốt đẹp nhưng đồng thời cũng là những môi trường mà một số Cơ Đốc nhân tránh xa trong quá khứ. Khao học chân chính và Đạo Cơ Đốc hoàn toàn tương đồng với nhau. Không những vậy, khoa học và kỹ nghệ càng cần sự lãnh đạo thuộc linh của Cơ Đốc nhân. Chưa bao giờ trong lịch sử, con người có thể thực hiện biết bao điều kỳ diệu trong kỹ thuật nhưng bất lực và thiếu thốn về đạo đức như ngày nay. Chúng ta cần Cơ Đốc nhân tiên phong trong lĩnh vực này như một môi trường truyền giáo vậy.

Tổng thống John Kennedy là người đặt mục tiêu gởi người lên mặt trăng trước sự chung kết của thập niên sáu mươi. Khải thị của ông đã dẫn đến một cuộc bùng nổ về kiến thức mà hôm này chúng ta vẫn còn áp dụng trong cuộc sống hằng ngày. Nếu cuộc chạy đua về khoa học vũ trụ đã tạo điều kiện cho sự ra đời của máy tính bỏ túi, máy điện toán vi tính xách tay hay nhiều công cụ điện tử kỳ diệu khác thì *làm sao cuộc chạy đua về truyền bá Phúc Âm không đem lại sự tăng trưởng vượt bậc về kiến thức và kỹ nghệ?*

Xin hãy cho phép tôi đưa ra một vài dẫn chứng tại Trường Đại học Các dân tộc của YWAM, trưởng khoa Kiến thức và Công nghệ là Tiến sĩ Howard Mamstard một nhà khoa học lỗi lạc và là một tín hữu khiêm nhường. Dưới sự lãnh đạo của ông, các nhân viên trong khoa đã sáng chế ra một máy phân tích hóa học loại bỏ, có thể kiểm nghiệm thành phần từ đất đến máu . . . Sự ứng dụng của máy vô cùng phong phú trong lĩnh vực công nghiệp, nông nghiệp, dược phẩm, dinh dưỡng của các nước thế giới thứ ba. Họ còn đang tiến hành sản xuất loại máy xách tay, chạy bằng pin để các giáo sĩ có thể sử dụng trong cách môi trường dã chiến.

Nhịp đập trái tim của các nhân viên trong khoa Kiến Thức và Công Nghệ là thực hiện Đại Mạng Lịnh của Đức Chúa Trời. Tuy nhiên song song với công việc ấy họ góp phần mở mang kiến thức phục vụ nhân loại.

Có bao giờ một mục sư hay một giáo sĩ phục vụ Chúa trọn thời gian hỏi chúng ta đang làm gì để sinh sống, chúng ta trả lời một cách miễn cưỡng "Thưa ông, tôi chỉ làm một công việc đời thôi". Lập tức một ranh giới giữa hai người được vạch ra. Thánh nhân và thế nhân, thầy, cha và giáo hữu, công việc của Chúa, của tôi và của ma quỷ...

Hình như có một sự phân chia rõ rệt trong ý nghĩ của chúng ta: có một vương quốc tối tăm tồn tại từ đêm thứ sau đến khuya thứ bảy. Có một vương quốc sáng láng, vương quốc của Chúa tồn tại trong ngày Chúa nhật. Phần còn lại từ sáng thứ hai cho đến chiều thứ sáu là vương quốc của đời. Chúng ta không nói gì về hai vương quốc kia trong những ngày lao động. Chúng ta chỉ biết đến công sở làm việc và lãnh tiền thù lao mà thôi.

Ý tưởng này chắc chắn không đến từ Kinh Thánh. Tôi tin rằng đối với Cơ Đốc nhân, khái niệm thế tục không có chỗ tồn tại. Mỗi cá nhân đều thuộc về một trong hai vương quốc: Ánh sáng hoặc Tối tăm. Chúng ta phải ý thức rõ ràng điều đó và cầu nguyện: Xin nước Cha được đến và ý Cha được nên trong công việc, doanh nghiệp, trang trại, trường lớp, lĩnh vực chuyên môn, đài phát thanh . . . Trong bất cứ lĩnh vực ảnh hưởng nào mà Chúa gọi chúng ta dự phần vào.

Chúng ta đã bị phân hóa trong cách suy nghĩ, bị lầm lẫn trong quan điểm và qua đó làm thế gian mơ hồ khi quan sát chúng ta. Chỉ có hai vương quốc mà thôi, và hai vương quốc đo đang ở trong tình trạng chinh chiến một sống một chết với nhau. Chúng ta phải tranh chiến, giành chiến thắng cho Vương quốc của Ánh sáng bằng cách chiếm lĩnh bảy lĩnh vực ảnh hưởng xã hội và vận hành trong sự đối nghịch với tà linh của ma quỷ. Ở đâu ma quỷ gieo rắc hờn giận, ở đó chúng ta gieo rắc tình yêu. Ở đâu sự tham lam gây áp lực, ở đó chúng ta tăng cường sự chia sẻ rời rộng. Ở đâu linh không dung thứ hoành hành, ở đó chúng ta bày tỏ sự trung tín và tha thứ. Thần Linh của Chúa đến thế gian qua dân sự của Ngài. Bằng cách vận hành trong linh tương phản chúng ta dành lại quyền lực từ Sa-tan, thần của thế gian và trao lại cho Chúa Jêsus. Vua trên muôn vua, Chúa trên muôn chúa.

Chúa Jêsus sai chúng ta đi khắp thế gian khiến các dân tộc trở thành môn đồ của Ngài. Trong quá khứ chúng ta ra đi với tư cách giáo sĩ, truyền giảng Phúc Âm đồng thời dạy họ đọc và viết. Chúng ta không tham gia huấn luyện trong các lĩnh vực chính trị hay kinh tế nhưng để công việc ấy cho những người vô thần. Khi họ tiếp thu chính quyền trong cách nước thế giới thứ ba, họ chiêu tập những người có học từ trong các trường dạy văn hóa do giáo sĩ tổ chức và huấn luyện cách cầm quyền theo quan điểm của họ.

Chúa đang phán với chúng ta "ta biết về đường lối tổ chức chính phủ hơn bất cứ một ai. Ta biết về công việc nông trại, về nghề chài lưới hơn các ngươi. Ta biết về doanh nghiệp của các ngươi, về công tác giảng dạy . . . Ta biết về phương pháp thông tin và kỹ nghệ truyền thông . . . Ta muốn dạy cho các ngươi nguyên tắc của Ta, hầu cho các ngươi có thể dạy lại cho mọi người tất cả những điều răn Ta và các ngươi sẽ chứng kiến một mùa gặt linh hồn hết sức vĩ đại. ta đã kêu gọi ngươi, ta mong muốn ngươi được thành công. Ta chỉ yêu cầu ngươi một điều: Hãy vâng lời ta!"

Chúng ta uốn nắn các dân tộc bằng cách xây dựng cho họ một nền kinh tế công bình, một chính phủ dựa trên nền tảng Kinh Thánh, một hệ thống giáo dục bắt nguồn trong Lời Chúa, một khuôn mẫu gia đình Cơ Đốc mà Chúa Jêsus là trụ cột, một nền nghệ thuật có khả năng mô tả sự vinh hiển và hứng thú thiên đàng, một hệ thống truyền thông – thông tin với sứ điệp của chân lý và tình thương, cuối cùng một Hội thánh gởi người đi làm giáo sĩ trong tất cả các lĩnh vực xã hội. Như vậy chúng ta sẽ chứng kiến sự hoàn tất Sứ Mạng Trọng Đại và hàng triệu lớp người sẽ đi vào trong vương quốc của Chúa. Chúa Jêsus hứa, nếu chúng ta vâng lời Chúa, Ngài sẽ ở cùng chúng ta cho đến tận thế (Ma-thi-ơ 28:20).

Chúa Jêsus hứa ban trần gian cho những kẻ khiêm nhường, những người đi chân không trước mặt Chúa, những tôi tớ đã hạ mình, đầu phục quyền cá nhân cho Ngài. Ngài muốn chúng ta xác nhận các dân tộc trên thế gian là cơ nghiệp của Ngài. Chúa hứa chúng ta sẽ thừa hưởng cơ nghiệp ấy nếu chúng ta bằng lòng từ bỏ tất cả vì Ngài.

Đây không phải là điều dễ dàng. Chúa không bảo đảm cho chúng ta một con đường bằng phẳng, êm chân. Ngài cho biết chiến binh của Ngài sẽ phải nằm trên đệm đá "Con cáo có hang, chim trời có ổ; song Con người không có chỗ mà gối đầu" (Ma-thi-ơ 8:20).

Chúa không hứa hẹn sự giàu sang, nhưng Chúa hứa Ngài sẽ

cung cấp mọi nhu cầu cần thiết cho sự sống. Ngài sẽ cung cấp thức ăn, nhưng thức ăn Ngài ban không phải lúc nào cũng hợp khẩu vị. Chúa sẽ dự bị chỗ ở cho chúng ta nhưng có thể chúng ta phải chia sẻ phòng ngủ với hàng chục người khác. Chúa cho chúng ta biết mình có thể bị giam giữ như chính Ngài đã bị giam giữ và có thể chúng ta trở nên một trong ba trăm ngàn người tử vì đạo hàng năm. Nhưng Chúa cũng hứa với chúng ta có thể tham gia truyền giáo cho tất cả mọi người đang sống trong thế hệ này. Đó là những lời hứa mà Chúa bao gồm trong Đại Mạng Lịnh "Hãy đi khắp thế gian, giảng Tin Lành cho mọi người".

Chúa nói hãy bận rộn, hãy làm chủ, hãy chế ngự cho đến khi Ta đến, có nghĩa rằng chúng ta phải nắm lấy địa vị lãnh đạo. Điều ấy không có nghĩa là mặc áo dài trắng, tập trung trên một đỉnh núi cao nào đó chờ ngày tận thế. Không! Khi một đạo quân đến chiếm đóng một lãnh thổ. Họ nắm quyền kiểm soát trong tất cả các lĩnh vực, từ quân sự, hành chính, kinh tế, trường sở, đài phát thanh . . . . Chúa Jêsus phán cho chúng ta nắm lấy thẩm quyền trong tất cả các lĩnh vực ảnh hưởng của xã hội.

Làm cách nào chúng ta có thể thực hiện được điều đó? Chắc chắn không phải bằng vũ lực nhưng bằng cách biến mình thành đầy tớ của Chúa. Chúng ta nắm quyền lãnh đạo qua tinh thần phục vụ, phục vụ với tư cách người đầy tớ, nhu mì và khiêm nhường "Kẻ nhu mì sẽ hưởng được đất".

Đây có phải là một phương cách không thể thực hiện được không? Thưa không. Nếu chúng ta phục vụ bản thân, chúng ta mất hết tất cả. Nhưng nếu chúng ta hy sinh mọi sự vì Chúa và Phúc Âm, chúng ta sẽ tìm thấy cuộc sống của Chúa, chính Chúa Jêsus đã làm điều đó. Chúa hạ mình đến mức tận cùng trong xã hội của loài người. Hơn nữa, Chúa hạ mình đến đáy địa ngục. Chính Đức Chúa Trời đã nâng Chúa Jêsus lên đến địa vị cao ngất trong vũ trụ và khiến cho mọi đầu gối quỳ lạy và quy phục trước Ngài. Chính Chúa Jêsus đang kêu gọi chúng ta. Hãy vác thập tự giá mà theo Ngài, cởi bỏ đôi giày ra và đi chân không theo Ngài, biến mình thành kẻ nô lệ, từ chối quyền làm chủ bản thân, và chúng ta sẽ giành chiến thắng cho Nước Trời. Chúng ta sẽ cùng trị vì với Chúa.

Chúng ta sẽ chinh phục thế gian cho Chúa Jêsus!

––––––––

Hướng dẫn nghiên cứu

Thảo luận chung

1. Ai làm cho Sa-tan trở thành "chúa đời này"?

2. Khi chúng ta phạm tội, chúng ta làm theo ý muốn của ai?

3. Theo Ma-thi-ơ 5:5, phần thưởng mà Chúa Jêsus hứa ban cho người nhu mì là gì?

4. Đức Chúa Trời nghĩ về ai ngoài chúng ta khi Chúa ban phước cho chúng ta trong Đấng Christ?

Áp dụng cá nhân

1. Xã hội có thể được chia thành bảy lĩnh vực: (1) gia đình, (2) Hội thánh, (3) trường lớp, (4) truyền thông, (5) chính quyền và chính trị, (6) nghệ thuật, giải trí và thể thao, (7) thương mại, khoa học và kỹ thuật. Theo bạn nghĩ Đức Chúa Trời muốn bạn tập trung nỗ lực vào lĩnh vực nào?

2. Loren cho chúng ta biết rằng: "Trước tiên, chúng ta phải giành lại lĩnh vực khỏi tay của Sa-tan bằng sự cầu nguyện". Bạn nên cầu nguyện cho điều gì để giành lấy

lĩnh vực cần tập trung hết nỗ lực của bạn ở trong câu hỏi 1?

3. John Wesley giục Cơ Đốc nhân rằng: "Hãy giành lấy tất cả. Hãy cứu lấy tất cả. Hãy cho hết tất cả". Bạn làm điều gì tốt nhất? Bạn cần cải thiện điều gì nhất?

4. Có gì là quá khó để Đức Chúa Trời hành động . . . qua bạn chăng?

VỀ TÁC GIẢ

 **Loren Cunningham** là người đồng sáng lập tổ chức Thanh Niên Với Sứ Mạng (gọi tắt là YWAM), một gia đình liên mục vụ ở khắp toàn cầu được ra đời vào năm 1960, đến nay đã lan rộng đến từng quốc gia trên đất. Loren vừa là người đồng sáng lập và cũng là hiệu trưởng danh dự của Trường Đại học Các dân tộc. Ông đã cùng vợ là Darlene, người cộng sự trong chức vụ của mình kể từ ngày thành lập YWAM, hiện đang hướng dẫn Trường Đại học Các dân tộc ở Kona, Hawaii. Loren đã đặt chân đến từng quốc gia có chủ quyền trên đất, tất cả các nước thuộc địa và hơn 100 địa phận và hải đảo vì cớ Đấng Christ và Đại Mạng Lịnh. Ông thường làm mục vụ ở sáu lục địa mỗi năm. Ông là tác giả của các sách như: *Phải chăng đó là Ngài, thưa Chúa?*, *Dám sống trên bờ vực*, *Chấm dứt nạn đói Kinh Thánh ngày hôm nay* và *Quyển sách biến đổi các dân tộc*.

MỤC VỤ TIÊN PHONG

Mục vụ Tiên Phong ra đời với khải tượng "chuyển ngữ và xuất bản tài liệu Cơ Đốc để rao truyền sự vinh hiển của Đức Chúa Trời vì sự vui mừng của người Việt, đặc biệt là qua sự chịu khổ, trong Đức Chúa Jêsus Christ".

Tài liệu Cơ Đốc này không thể thay thế Lời Chúa và những tài liệu của Hội thánh mà quý con cái Chúa đang nhóm lại hàng tuần. Chúng tôi chỉ mong con cái Chúa sử dụng các tài liệu này để bày tỏ Phúc Âm của Đức Chúa Jêsus Christ cho gia đình, người thân, bạn bè và cộng đồng xung quanh.

Nếu bạn muốn biết làm thế nào để dâng hiến, hỗ trợ và nhận tin tức về các tựa sách khác mà Mục vụ Tiên Phong đang chuyển ngữ, xin hãy liên hệ chúng tôi bằng thư điện tử info@tienphong.org hoặc bạn có thể tìm đến trang điện tử www.tienphong.org để tải về và đọc các tài liệu miễn phí.

Chúng tôi chân thành biết ơn các anh chị em con cái Chúa đã tin tưởng hỗ trợ dự án tài liệu Cơ Đốc cho người Việt của Mục vụ Tiên Phong.

Xin Chúa dẫn dắt,
Mục vụ Tiên Phong

* 9 7 8 1 9 5 6 2 1 0 3 1 6 *